പരുത്തിക്കാടിന്റെ കഥകൾ

INSIGHT PUBLICA

Nadakkavu, Kozhikode, Kerala, 673011
www.insightpublica.com
e-mail: insightpublica@gmail.com
Title: Paruthikadinte Kathakal
(Malayalam)
Author: Sidharthan Paruthikad
Cover photo: Satheesh C.S
First Edition: March 2025

Printed and Published by
InsightinPublica Printers & Publishers Pvt. Ltd.
ISBN: 978-93-5517-491-8
₹170

പരുത്തിക്കാടിന്റെ കഥകൾ

സിദ്ധാർത്ഥൻ പരുത്തിക്കാട്

INSIGHT PUBLICA

ലക്ഷ്മി അമ്മയുടെയും മാധവൻ വൈദ്യരുടെയും നാലു മക്കളിൽ രണ്ടാമനായി വള്ളിക്കുന്നിൽ ജനനം. വള്ളിക്കുന്ന്, ചാലിയം, കോഴിക്കോട് എന്നിവിടങ്ങളിൽ വിദ്യാഭ്യാസം.

ഏതോ ഒരാൾ, അനന്തരം അവൾ, തടവറകൾ, പരുത്തിക്കാടിന്റെ കഥകൾ, അങ്ങനെത്തന്നെയാണ് ഇപ്പോഴും കാര്യങ്ങൾ, ആപ്തം എന്നിവയാണ് പ്രസിദ്ധീകരിച്ച രചനകൾ. 2020ൽ കേരള സാഹിത്യ അക്കാദമിയുടെ സമഗ്ര സംഭാവനാപുരസ്കാരം ലഭിച്ചു.

ഭാര്യ : പരേതയായ സരസ്വതി.

മക്കൾ : സ്മൃതി, ശ്രുതി

മരുമക്കൾ : എൻ.കെ. ഭൂപേഷ്, നൃപൻ വടക്കൻ

പേരമക്കൾ : അഗ്നിവേശ് സ്മൃതി ഭൂപേഷ്, നൈറ ശ്രുതി നൃപൻ

വിലാസം : അക്ഷരം, പി.ഒ. തേഞ്ഞിപ്പലം - 673 636

ഫോൺ : 0494 2404704, 9847068712

E-mail:sparuthikad@gmail.com

സിദ്ധാർത്ഥൻ പരുത്തിക്കാട്

മുഖവുര

ശ്രദ്ധേയങ്ങളായ ഗ്രന്ഥങ്ങൾ പ്രസിദ്ധം ചെയ്ത് ഖ്യാതി നേടിയ ഇൻസൈറ്റ് പബ്ലിക്കയിലൂടെ എന്റെ കഥകളുടെ പുതിയ പതിപ്പ്.

കവിയും നിരൂപകനും എന്റെ ചിരകാല സുഹൃത്തുമായ

ബാലകൃഷ്ണനുണ്ണിയുടെ സ്നേഹക്കുറിപ്പും രണ്ട കഥകളും ഈ പതിപ്പിൽ അധികമായി ചേർത്തിട്ടുണ്ട്. ഉണ്ണിയോട് നന്ദിപറയാൻ ഞാൻ ആളല്ല. സ്നേഹം ഉള്ളിൽ ഭദ്രം.

സുമേഷിന്റെയും നസീമയുടെയും നേതൃത്വത്തിലുള്ള പ്രസിദ്ധീകരണ ശാലക്ക് സ്നേഹം. നന്ദി.

കോഴിക്കോട് **സിദ്ധാർത്ഥൻ പരുത്തിക്കാട്**

2025 ജനുവരി 1

ആദ്യ പതിപ്പിലെ മുഖവുര

എഴുപതുകളിൽ പ്രസിദ്ധം ചെയ്തതടക്കമുള്ള എന്റെ തെരഞ്ഞെടുത്ത കഥകളുടെ സമാഹാരം. ഒരു വിനീതമായ സാക്ഷ്യപ്പെടുത്തൽ. അത്രമാത്രം.

പ്രഫ. എരുമേലി പരമേശ്വരൻപിള്ളയുടെ പ്രേരണയും ഉത്സാഹവും നിർബന്ധവുമുണ്ടായിരുന്നില്ലെങ്കിൽ ഇപ്പോഴും ഞാനിതിനു

തുനിയുകയുണ്ടാവില്ല. ഓർമ്മയിൽ സൂക്ഷിക്കുന്നതുതന്നെ; എന്റെ ആദ്യപുസ്തകം പ്രസിദ്ധം ചെയ്തതിന്റെ പിന്നിലും അദ്ദേഹത്തിന്റെ

സ്നേഹവാത്സല്യങ്ങളുണ്ടായിരുന്നു.

ഡോ. വി. സുകുമാരനെ ഞാൻ എത്രയോ മുൻപ് പരിചയപ്പെടേണ്ടതായിരുന്നു. ഈയിടെ മാത്രമുണ്ടായ പരിചയം എന്നെ അത്രമേൽ നഷ്ടബോധമുള്ളവനാക്കിയിരിക്കുന്നു.

അദ്ദേഹത്തിന്റെ സ്നേഹോദാരമായ വചനങ്ങൾ തീർച്ചയായും എനിക്കു വെളിച്ചമാവുന്നുണ്ട്.

ഇവരോടുള്ള നന്ദി ഹൃദയത്തിൽ ചേർത്തുവയ്ക്കുന്നു.

കോഴിക്കോട് **സിദ്ധാർത്ഥൻ പരുത്തിക്കാട്**

1999 ആഗസ്റ്റ് 1

അപ്പയ്ക്ക്

ഗൗതമന്റെ യാത്രകൾ

ഡോ. വി.സുകുമാരൻ

ക്ഷുബ്ധമായ അറുപതുകളുടെ ഒടുക്കത്തിലെപ്പോഴോ 'മാതൃഭൂമി' ആഴ്ചപ്പതിപ്പിൽ നിന്നു നിരൂപണത്തിനയച്ചുകിട്ടിയ ഏതാനും തടിയൻ നോവലുകൾക്കിടയിൽ ഒരു കൃശഗാത്രം; അനാകർഷകമായ പുറംചട്ടയോടുകൂടിയ ഒരു ചെറു പുസ്തകം: 'തടവറകൾ.' ഒരു ട്രാഷ് ആവുമെന്ന മുൻവിധിയോടെ ഉദാസീനമായി വായിക്കാനിരുന്ന എനിക്കു ഈ നോവൽ നൽകിയ രസാനുഭൂതി അപൂർവമായിരുന്നു. അങ്ങനെയാണ് സിദ്ധാർത്ഥൻ പരുത്തിക്കാടിന്റെ കഥന കലയുമായി ഞാൻ പരിചയപ്പെടുന്നത്. അന്നുമുതൽ ഈ വ്യത്യസ്തനായ എഴുത്തുകാരന്റെ സൃഷ്ടികൾക്കായി ആനുകാലികങ്ങൾ പരതുക എന്നത് എന്റെ പതിവായി. പക്ഷേ സിംഹപ്രസവംപോലെ വല്ലപ്പോഴും സംഭവിക്കുന്നതായിരുന്നു സിദ്ധാർത്ഥന്റെ രചന. തകരച്ചെണ്ടകളുടെ ചെകിടടപ്പിക്കുന്ന അപസ്വരങ്ങളിൽ നിന്ന് ആകാവുന്നത്ര അകലത്തിൽ എഴുതപ്പെടാത്ത വാക്കുകളുടെ സാന്ദ്രമൗനങ്ങളിൽ, ജീവിതമേൽപിച്ച നഖക്ഷതങ്ങളുടെ നീറ്റമുള്ള തിണർപ്പുകളെ ഒതുക്കിപ്പിടിക്കുകയായിരുന്നു, അദ്ദേഹം. ചെറുകഥയുടെ കവിടി നിരത്തുകളിൽ, ദേവപ്രശ്നങ്ങളിൽ സിദ്ധാർത്ഥൻ തെളിഞ്ഞില്ല. വരേണ്യ നിരൂപണത്തിന്റെ ചെറുകഥാചർച്ചകളിൽ സിദ്ധാർത്ഥന്റെ പേര് പൊങ്ങിവന്നില്ല.

എം.ആർ.കെ.സിയിൽ തുടങ്ങി തകഴി, ബഷീർ, പൊറ്റെക്കാട്ട്, പി.സി.കുട്ടികൃഷ്ണൻ ഇത്യാദി നാഴികക്കല്ലുകളെ കടന്ന് എം.ടി, ടി.പദ്മനാഭൻ, ഒ.വി.വിജയൻ, മുകുന്ദൻ, മാധവിക്കുട്ടി എന്നീ പ്രകാശഗോപുരങ്ങളെ വലംവച്ച് എൻ.എസ്.മാധവനിൽ എത്തി നില്ക്കുന്ന മലയാള കഥയുടെ എൻ.എച്ച്. പതിനേഴിൽ നിന്നു തെന്നിമാറി ഗ്രാമഹൃദയം തേടിപ്പോകുന്ന ഏതോ ഇടവഴിത്താരയിലൂടെ ഒരോർമ്മത്തെറ്റുപോലെ

നഗ്നപാദനായി നടക്കുകയായിരുന്നു സിദ്ധാർത്ഥൻ. ഉള്ളു വിങ്ങിവിങ്ങി വാക്കുകളിലേയ്ക്കു ലാവയായൊഴുകുന്ന അവസ്ഥയെ പ്രതിരോധിക്കാൻ വയ്യാതാകുമ്പോൾ മാത്രം അദ്ദേഹം എഴുതി. ആ എഴുത്തിൽ രോദനവും ഗർജ്ജനവും ഇടകലർന്നു. അവിടെ സാധാരണ ജീവിതത്തിന്റെ സ്വേദ കണങ്ങൾ പവിഴങ്ങളായി പരിണമിച്ചു. സിദ്ധാർത്ഥൻകഥ തീവ്രമുഹൂർത്തങ്ങളുടെ അവബോധമായി; കാവ്യഭാഷയായി.

ഏതോ ഒരുൾവിളിയാലെന്നപോലെ നഗരത്തിന്റെ നിബിഡവന്യതയിൽ നിന്ന് കുതറിച്ചാടി, കൗമാരകുതൂഹലങ്ങളെ തൊട്ടിലാട്ടിയ കുഗ്രാമത്തിന്റെ മരുപ്പച്ചകൾ തേടിവരുന്ന ഗൃഹാതുരതയാകുന്നു ഗൗതമൻ. ഈ ഏകാന്തപഥികൻ പല കഥകളിലും ഒരു സാന്നിധ്യമാവുന്നു. ഒരസ്വസ്ഥതയായി, ഒരന്വേഷണമായി, ഒരു ദാഹമായി, ഗഹനമായ ഒരു ഭാവമായി ഗൗതമൻ യാത്ര ചെയ്യുന്നു. നാട്ടിൻപുറം പ്രത്യക്ഷത്തിൽ മാറുന്നില്ല. വയലും പറമ്പും മൊട്ടക്കുന്നും അതിന്റെ ഉച്ചിയിലിരിക്കുന്ന അയ്യപ്പൻകാവും ചകിരി തല്ലുന്ന താരുണ്യങ്ങളും ഗദ്ഗദമമർത്തിയൊഴുകുന്ന പുഴയും പഴയ ചായക്കടയും. ഇല്ല, ഗ്രാമം മാറിയിട്ടില്ല. പക്ഷേ സ്വയം നാടുകടത്തപ്പെട്ടവനെ, മുടിയനായ പുത്രനെ, ഗ്രാമം തിരിച്ചറിയുന്നില്ല. അയാൾ അപരിചിതനാവുന്നു. ഒരു പതിനാറുകാരിയുടെ സംശയാസ്പദമായ മരണം സംബന്ധിച്ചു വന്ന സി.ഐ.ഡിയായി സ്വന്തം ഗ്രാമം അയാളെ തെറ്റിദ്ധരിക്കുന്നു. വന്ന വഴിയേ ഗ്രാമമേല്പിച്ച തിണർപ്പുകളുമായി തിരിച്ചു നടക്കുമ്പോൾ തെളിയുന്ന സത്യമിതത്രേ: ഇവിടെനിന്നു നഗരത്തിലേയ്ക്കുള്ള ദൂരം തുലോം കുറവായിരിക്കുന്നു. (ഏതോ ഒരാൾ എന്ന കഥ) ഈ കഥയിൽ തിളയ്ക്കുന്ന തിരസ്കരണത്തിന്റെ തീക്ഷ്ണത, അന്യവൽകരണത്തിന്റെ മൂർച്ച, സിദ്ധാർത്ഥന്റെ മിക്കവാറും എല്ലാ കഥകളിലും നമുക്ക് അനുഭവപ്പെടുന്നുണ്ട്. ഗ്രാമങ്ങളിൽ ചെന്ന് രാപ്പാർക്കുന്നത് അത്ര എളുപ്പമല്ലെന്നും ഒളിച്ചോട്ടങ്ങൾ നമ്മെ എത്തിക്കുന്നത് പുറപ്പെട്ട ബിന്ദുവിൽത്തന്നെയെന്നും നാമറിയുന്നു. പക്ഷേ ഗൃഹാതുരത്വത്തിന്റെ വിഹ്വലയാത്രകൾ, മൊട്ടക്കുന്നുകളെ പ്രദക്ഷിണം ചെയ്ത്, പായൽക്കുളങ്ങളെ താണ്ടി, വയസ്സൻ അരയാലുകളെ പിന്നിട്ട്, കൈമോശം വന്ന എന്തിനെയോ പരതി, പിന്നെയും പിന്നെയും തുടരുകതന്നെ ചെയ്യും. നേടുന്നതിലല്ല, നഷ്ടപ്പെടുന്നതിലാണ് പാവം മാനവഹൃദയത്തിന്റെ സാഫല്യം എന്നു ഗൗതമനും രാധികയും അമ്മിണിയും വിനീതയുമൊക്കെ നമ്മെ ഓർമ്മപ്പെടുത്തുന്നു. 'ഏതോ ഒരാൾ' എന്ന കഥയിലെ കേന്ദ്ര കഥാപാത്രം ചോദിക്കുന്നു: 'പച്ചപ്പുതേടി, നീരുറവകൾതേടി, ഇനിയെങ്ങോട്ടാണ്?' ഈ പ്രപഞ്ചത്തിന്റെ പ്രഭാതം മുതൽ, വഴിമുട്ടി നില്ക്കുന്ന മനുഷ്യനിൽ നിന്നുയർന്നുകേൾക്കുന്ന ചോദ്യം. ഒരു

ദാർശനിക സമസ്യയെന്നു നമുക്കിതിനെ വിശേഷിപ്പിക്കാം. ഈ ചോദ്യത്തിന് ഉത്തരാധുനികമായ ഒരുത്തരം പ്രത്യക്ഷപ്പെടുന്ന ശപ്തമുഹൂർത്തത്തിൽ കവിത മരിക്കുമെന്നും നക്ഷത്രങ്ങൾ കരിക്കട്ടകളാകുമെന്നും ഓഡൻ ന്യായമായും ഭയപ്പെടുന്നു.

പരിമിതമായ പുൽപ്പരപ്പുകളിൽ മാത്രമേ ഈ കഥാകൃത്തിന്റെ പ്രമേയങ്ങൾ മേയുന്നുള്ളൂ. നിത്യനൈമിത്തികജീവിതത്തിന്റെ ശ്വാസനിശ്വാസങ്ങളാൽ വിജൃംഭിതമാവാത്ത ഒരു വാക്കും അദ്ദേഹം എഴുതുന്നില്ല.

നാട്യപ്രധാനമായ നഗരത്തിൽനിന്നും നന്മകളാൽ സമൃദ്ധമായ നാട്ടിൻപുറത്തേക്കുള്ള അതിഭാവുകപ്രയാണ(Sentimental Journey)മാണ് സിദ്ധാർത്ഥൻകഥകളെന്നു ധരിക്കരുത്. പലായനവാദത്തിന്റെ കപടമായ ഉദാത്തവൽകരണത്തെ ഈ രചനകൾ തിരസ്ക്കരിക്കുന്നുണ്ട്. അതേസമയം ഈ ജീർണസമൂഹത്തിന്റെ കലുഷിതമായ ജീവിതാവസ്ഥകളെ നിരീക്ഷിക്കുകയും നിരൂപണവിധേയമാക്കുകയും ചെയ്യുക എന്ന നിയോഗം അവ ഏറ്റെടുക്കുകയുമാണ്. ഉറച്ചതും അർത്ഥശങ്കക്കിടകൊടുക്കാത്തതുമായ നിലപാടുകൾ ഒരു കഥാകാരനെന്ന നിലയിൽ സിദ്ധാർത്ഥൻ സ്വീകരിക്കുന്നു. ഗൗതമൻ പറയുന്നു :

'ഒരു ദിവസം വരും, കുട്ടി

നമ്മൾ സ്വപ്നം കാണുന്ന ദിവസം;

ഒരുനേരം വേണ്ടുവോളം ആഹാരം കഴിക്കാനില്ലാത്തവരും കൂരയില്ലാത്തവരും സ്വപ്നം കാണുന്ന ആ പ്രഭാതം;

രാധികേ, നമ്മുടെ പ്രഭാതം.' (ഗൗതമൻ, രാധിക തുടങ്ങിയവരുടെ സ്വപ്നം.) ഈ മാർക്സിസ്റ്റ് ജീവിതവീക്ഷണം പ്രസാദാത്മകമാണ്; പ്രതീക്ഷാനിർഭരവും.

പാത്രചിത്രങ്ങളിൽ സിദ്ധാർത്ഥൻ തടിച്ച ബ്രഷുകളല്ല കൂർത്ത പെൻസിലുകളാണ് ഉപയോഗിക്കുന്നത്. ഉദാഹരണത്തിനു പകയിലെ അപ്പുണ്ണി. വലതുകാൽ ജന്മനാ വശംകെട്ട ഈ മനുഷ്യന്റെ വന്ധ്യമായ ത്വരകൾക്ക് ഏതാനും വരകളിലൂടെ കഥാകൃത്ത് മുഖം നല്കുന്നു. വിവാഹിതനായ അനിയൻ ഗോപാലന്റെ ചായ്പ്പു മുറിയിൽ നിന്നു പാതിരാവ്യയരുന്ന രതികൂജനങ്ങൾ, സുന്ദരിക്കോതയായ ദേവകിയുടെ മൂട്ട കുലുക്കിയുള്ള നടത്തം, അവിടവിടെ നീലത്തിന്റെ കറപിടിച്ച നേർത്ത മല്ലിന്റെ അടിപ്പാവാട, കൂർത്ത മുനയുള്ള മുലക്കച്ച, അയലത്തെ പിടകളെ പ്രാപിക്കാനുഴറുന്ന കെട്ടിയിടപ്പെട്ട പൂവൻകോഴി; ഇവയൊക്കെ അപ്പുണ്ണിയുടെ നിഷേധിക്കപ്പെടുന്ന പ്രാകൃതികദാഹങ്ങളുടെ പ്രതീകങ്ങളാകുന്നു. അപാരമായ സഹാനുഭൂതിയോടെ അപ്പുണ്ണി, തള്ള കെട്ടിയിട്ട

ലഗോൺ പൂവനെ സ്വതന്ത്രനാക്കുകയാണ്. അവനെങ്കിലും ആവോളം രമിക്കട്ടെ. കനത്ത മാർവിടവും വിരിഞ്ഞ കണ്ണുകളുമുള്ള കിളരം കൂടിയ പെൺകുട്ടിയും (പടിഞ്ഞാറൻ കാറ്റ്) 'പുഴയോരങ്ങളി'ലെ അമ്മിണിയും സുഹ്റമ്മയും (സൂചീമുഖി കരയാതെ) സ്ത്രീസ്വഭാവത്തിന്റെ സൂക്ഷ്മമായ ആലേഖനങ്ങളാണ്.

കറുത്ത നർമ്മം പീലിവിരുത്തുന്ന കഥാമുഹൂർത്തങ്ങളെക്കണ്ടെത്താൻ സിദ്ധാർത്ഥന് കഴിയുന്നു. അപ്പുട്ടിവൈദ്യരുടെ ചരമകഥ (കോമാളികൾ)യാണ് പെട്ടെന്നു മനസ്സിലോടിയെത്തുന്ന ഒരുദാഹരണം. കുളിപ്പിച്ചുകിടത്തിയ ജഡത്തിനുചുറ്റും ബന്ധുമിത്രാദികളെ നിർത്തി ആ കോമാളിക്കളി ക്യാമറയിൽ പകർത്താൻ തത്രപ്പെടുകയാണ് ചിലർ.അതിൽച്ചേരാനുള്ള ക്ഷണം നിരസിക്കുന്ന ഗൗതമനോട് ഫോട്ടോഗ്രാഫർ തട്ടിക്കയറുന്നു: 'ഹേയ് മിസ്റ്റർ, നിങ്ങളുടെ സൗന്ദര്യം കൊണ്ടല്ല.'

സിദ്ധാർത്ഥൻകഥ എഴുതപ്പെടുകയല്ല, സംഭവിക്കുകയാണ്. അതിന്റെ രൂപഭാവസമന്വയം നിസർഗസുന്ദരമത്രേ. കഥയിൽ വന്നു വീഴുന്ന 'ട്വിസ്റ്റ്'കൾ പോലും അനാസൂത്രിതവും സ്വയമേവാഗതവുമാണെന്നു തോന്നുന്നു. പ്രദർശനനഗരിയിലെ കവാടത്തിൽവച്ചു, പൃഥുലനിതംബിനികളുടെ മദ്ധ്യേ വിരാജിക്കുന്ന തൂവെള്ള ഖദർ ജൂബ്ബക്കാരനെ കാൺകവേ അയാൾക്കു തോന്നി: ഈ ചങ്ങാതിയെ മറ്റേതോ സന്ദർഭത്തിൽ കണ്ടിട്ടുണ്ടല്ലോ. എവിടെവച്ച്? പിടികിട്ടി; തെരുവിൽ ഒരു തമിഴൻ പാമ്പാട്ടിയുടെ പ്രകടനം: മുഷിഞ്ഞ ചേലയും തിളങ്ങുന്ന മൂക്കുത്തിയുമുള്ള പൊണ്ടാട്ടി ഒരു തോൽച്ചെണ്ടയിൽ അടിച്ചുകൊണ്ടിരിക്കുന്നു. നെഞ്ചിൻകൂടുയർന്ന, മൂക്കട്ടയൊലിപ്പിക്കുന്ന അവരുടെ പൈതങ്ങൾ. പാമ്പാട്ടിയെക്കാളും ക്ഷീണിതനായ, തൊലിയുരിഞ്ഞ പാവം പാമ്പ് കൂടയിൽ നിന്നും പുറത്തുവരുന്നു. പാമ്പും കീരിയും തമ്മിലുള്ള രാഷ്ട്രീയ സംഘട്ടനമാണ് തമിഴൻ സംവിധാനം ചെയ്യുന്നത്. അപ്പോൾ വരുന്നു വെളുത്ത ജൂബ്ബ, ജന്തുസ്നേഹി. വിശന്നു വലയുന്ന കുട്ടികൾക്ക് ഒരുനേരത്തെ ആഹാരം കൊടുക്കാൻ പെടാപ്പാടുപെടുന്ന പാമ്പാട്ടിയെ ആ ജീവകാരുണികൻ പോലീസ്സിലേല്പിക്കുന്നു. ആ മാന്യദേഹത്തെ എങ്ങനെ മറക്കും? ഭാര്യ വീണ്ടും സ്റ്റാളുകൾ കാണാൻ പോയ നേരത്ത് പെട്ടെന്ന് പവർക്കട്ട്. സ്റ്റാളിൽ നിന്നും ഒരു ബഹളം. ഒപ്പം വെളിച്ചവും വരുന്നു. ഒരു ചെറിയ ആൾക്കൂട്ടത്തിനിടയിൽ വിവർണ്ണയായി, വിഹ്വലയായി ഭാര്യ നില്ക്കുന്നു. വെളുത്ത ജൂബ്ബക്കാരൻ മാന്യൻ, ജീവകാരുണികൻ മൊഴിയുന്നു: 'മിസ്റ്റർ, നിങ്ങൾ അവരെ തനിച്ചു വിടേണ്ടിയിരുന്നില്ല. ആന്റി സോഷ്യൽ എലമെന്റ്സാണ് ഇവിടെയൊക്കെ.' ഭർത്താവു

കാണുന്നു; ജൂബ്ബക്കാരന്റെ വെളുത്ത തുടുത്ത കവിളിൽ ചോരപൊടിയുന്ന പോറൽ. ഭാര്യയുടെ കൃട്ടെക്സിട്ട, വളർത്തിയ നഖം അയാളുടെ മനസ്സിൽ മിന്നി മറയുന്നു. (സൂചീമുഖി കരയാതെ).

'അണ്ടിപ്പരിപ്പും നേതാവും' എന്ന ആക്ഷേപഹാസ്യത്തിലെ കെ.എ.പി.ടി. നായരെ കാണുക. ആ ചന്ദ്രികാധവളമായ ലീഡർ ജൂബ്ബയും വദനസരോജത്തിൽ സഞ്ചരിക്കുന്ന അർദ്ധസ്മിതവും എങ്ങനെ മറക്കാൻ? കൊച്ചുവെളുപ്പാൻകാലത്ത് അനന്തപുരിയിൽ നിന്നോടിക്കിതച്ചെത്തിയ അഗ്നിശകടത്തിൽനിന്ന് പള്ള വീർത്ത ബാഗും ഒരു രാത്രിയാത്രയുടെ വൈരസ്യവുമായി പ്ലാറ്റ്ഫോമിൽ കാലു കുത്തുന്ന ഉഗ്രനെ സ്വീകരിക്കാൻ ആശ്രിതൻ ശ്രീധരൻ. ശ്രീധരന്റെ ഭാര്യ സരസ്വതിയുടെ ജോലിസംബന്ധമായ ഒരാവശ്യത്തിൽ മുഖ്യനെക്കണ്ട് ഉത്തരവിട്ടുവിക്കാമെന്ന വാഗ്ദാനവുമായാണല്ലോ നേതാവ് തലസ്ഥാനത്തേക്ക് തിരിച്ചത്. മെമ്മോറാണ്ടത്തിൽ എന്തു നടപടിയായി എന്ന ഉൽകണ്ഠ, കുതിരമുഖത്തുനിന്നു വിവരമറിയാനുള്ള ആകാംക്ഷ, ശ്രീധരൻ അടക്കിപ്പിടിക്കുകയാണ്. ടാക്സിയിൽ ഇരുന്ന് ആശ്രിതവത്സലൻ കനിഞ്ഞരുളി: ഉത്തരവിടാമെന്നു മുഖ്യമന്ത്രി ഏറ്റിട്ടുണ്ട്. ടാക്സിക്കൂലി സ്വന്തം പോക്കറ്റിൽനിന്നു കൊടുത്ത് ശ്രീധരൻ നേതാവിനെ മുറിയിലേക്കനുഗമിച്ചു. ശക്തമായ ഒരു അധോവായു ബഹിർഗമിപ്പിച്ചുകൊണ്ട് ധീരലളിതൻ പറഞ്ഞു: 'ഇനി ലാടിനിൽ പോകുന്നതു വെറുതെ. ട്രെയിനിലെ ഭക്ഷണം വയറു കേടുവരുത്തി. ജൂബ്ബയുടെ പോക്കറ്റിൽ നിന്ന് നേതാവു പലതും പുറത്തെടുത്തുവച്ചു-ഫോറിൻ ലൈറ്റർ, സിഗരറ്റ്, കൂട്ടത്തിൽ ഒരു ചുരുൾ കടലാസ്സും. ആശ്രിതൻ ആ കടലാസ്സ് തിരിച്ചറിയുന്നു; താനേല്പിച്ച മെമ്മൊറാണ്ടം! പുലർച്ചയുടെ ഇളം കുളിരിലും ശ്രീധരൻ വിയർക്കുന്നു. സമൂഹ-രാഷ്ട്രീയ വ്യാകരണങ്ങളെ വക്രീകരിക്കുന്ന, കെ.എ.പി.ടി.നായർ പ്രതിനിധാനം ചെയ്യുന്ന, ഇത്തിൾക്കണ്ണി വർഗ്ഗത്തെ ഇതിലും ഭംഗിയായി തുറന്നു കാട്ടാൻ കഴിയുമോ? സിദ്ധാർത്ഥൻ ഇവിടെ പരീക്ഷിക്കുന്ന 'ട്വിസ്റ്റ്' (Twist) ബൻഹൂലിനെ ഓർമ്മപ്പെടുത്തുന്നു.

നിത്യജീവിതം ഇടക്കിടയ്ക്ക് എറിഞ്ഞുതരുന്ന നർമ്മസാന്ദ്ര മുഹൂർത്തങ്ങളെ സമർത്ഥമായി പിടിച്ചെടുത്ത മറ്റൊരു കഥയാണ് ഒരു രാത്രിയിൽ. ടൗൺഹാളിൽ അധികപ്രസംഗം ചെയ്തു പുറത്തിറങ്ങിയപ്പോൾ ലാസ്റ്റുബസ്സ് പോയിക്കഴിഞ്ഞിരുന്നു. സോമൻ എന്ന യുവനേതാവ് വെട്ടിലായി. ഒരന്തിത്താവളം വാടക കൊടുക്കാതെ കണ്ടെത്തണം. അപ്പോൾ പാർട്ടി ആപ്പീസ് ഓർമ്മ വന്നു. ഉള്ള സ്ഥലത്ത് കൊതുകിനെ ഭയപ്പെടാത്ത ഏതു ധീരനും ചുരുണ്ടു കൂടാം. പിറ്റേന്നു കാലത്തു മഹിളാസംഘത്തിൽ ഒരു പ്രസംഗം കാച്ചാനുണ്ട്. വേറെ ഷേർട്ടും മുണ്ടും

കരുതിയിട്ടില്ലാത്തതിനാൽ ഈ വസ്തുക്കൾ രണ്ടും ഭദ്രമായി സൂക്ഷി ക്കണം. ഷേർട്ടഴിച്ച് ആണിയിലും മുണ്ടു ഭംഗിയായി മടക്കി കസേര കൈയിലും തൂക്കിയിട്ടു. മൂക്കിൽകിടന്ന ഒരു പഴയ ബാനർകൊണ്ടു ഗുഹ്യസ്ഥാനത്തിൽ നാണം മറച്ചു. സോമൻ ഉറക്കത്തിന്റെ വക്കിലേക്കു വീഴവേ മറ്റൊരു കഥാപാത്രം പ്രവേശിക്കുന്നു; വിദ്യാർത്ഥിനേതാവ് വിദ്യാധരൻ. തിരുവനന്തപുരത്തു നിന്നുള്ള താന്തമായ തിരിച്ചുവരവാണ്. പാന്റ്സഴിച്ചു അഴയിലേക്ക് ഇട്ടു. ഇഷ്ടൻ സോമൻ മടക്കിവച്ച മുണ്ടുടുത്തു. അങ്ങനെ ഒരു മുണ്ട് വമ്പിച്ച കോലാഹലങ്ങൾക്ക് വഴിവക്കുന്നു. പരിഹാ സപ്പനിനീരിന്റെ പരിമളം എല്ലാ രാഷ്ട്രീയനാറ്റങ്ങളെയും കീഴടക്കുന്നു.

ആരാന്റെ വേനലിന്റെ അത്യുഷ്ണങ്ങൾ അനുഭാവപൂർവ്വം ഏറ്റുവാങ്ങു ന്ന എഴുത്തുകാരനാണ് സിദ്ധാർത്ഥൻ. നാഥുറാമിന്റെ കഥ (അച്ഛൻ) ഒരു ദീനവിലാപമായി സ്വന്തം മനസ്സിൽ നിറയുമ്പോൾ, ആ രോദനത്തിന്റെ ഇടർച്ചകൾ നമ്മിലെത്തിക്കാൻ അദ്ദേഹം ശ്രമിക്കുന്നു. അറുപതുകഴി ഞ്ഞ ഒരറബിയുടെ താല്ക്കാലിക ഭോഗസാമഗ്രിയായി പുറത്തുനിന്നു പൂട്ടിയിട്ട ഹോട്ടൽമുറിയിൽ കഴിയുന്ന ആമിന എന്ന ഇരുപതുകാരിയുടെ മരവിപ്പ്, നിർവികാരത, നമ്മെ പൊള്ളിക്കുന്നു; മുറിവേല്പിക്കുന്നു. സ്ത്രീത്വ നിരാകരണത്തിന്റെ, വ്യവസ്ഥാപിതമായ ലൈംഗികചൂഷണത്തിന്റെ, വ്യാജയുക്തികളുടെ നേർക്കു സിദ്ധാർത്ഥൻ എയ്യുന്ന ആഗ്നേയമാണ് ആമിനയുടെ കഥ ('ആരുടെയോ മണവാട്ടി'). സമൂഹത്തിന്റെ രക്ഷാക വചമായ അലംഭാവത്തെ ഈ എഴുത്തുകാരന്റെ തീയമ്പുകൾ തുളയ്ക്കുന്നു.

കഥാഭാഷ : അതു നേരത്തേ സൂചിപ്പിച്ചതുപോലെ, കഥാകാരൻ മിനക്കെട്ടിരുന്നു പാകപ്പെടുത്തുകയല്ല; ഉള്ളിൽനിന്നൂറുന്ന അക്ഷരങ്ങൾ അവയുടെ രാഗവും താളവും സ്വയം കണ്ടെത്തുകയാണ്. ഒരു ദുഃഖത്തിൻ വെയിലാറുന്ന കവിയുടെ മനസ്സിൽ ഒരു പൂവിരിയുന്നു; നിശ്ശബ്ദമായി, അനിവാര്യമായി. അതിന്റെ മൃദുഗന്ധവും പേറി സിദ്ധാർത്ഥന്റെ വാക്കുകൾ പുറത്തുവരുന്നു. ഒരു ധാന്യമണിയിൽ ഭാവകാവ്യം കോറി യിടുന്നവനാണ് ചെറുകഥാകാരൻ എന്ന് അല്ലൻടേറ്റ്. സിദ്ധാർത്ഥന്റെ കലാകൗശലം അതുതന്നെ. ബിംബങ്ങളിൽ, ഉപമകളിൽ ശ്രദ്ധേയമായ സ്വാഭാവികത നിഴലാടുന്നു: 'ഏതോ വിഷധൂമികപോലെ' പൊതിയുന്ന അസ്വസ്ഥത; 'ഗദ്ഗദം പോലെ' ഈറൻകാറ്റ്; 'മരിക്കാത്ത ഏതോ വിദൂ രസ്മരണപോലെ' ചുവന്ന പാത; 'ഇരുട്ടു മോഹാലസ്യപ്പെട്ടു കിടക്കുന്ന മുറികൾ'. ഓരോ കഥയിലും ഇത്തരം മുത്തുകൾ ചിതറിക്കിടക്കുന്നതു കാണാം.

പൊട്ടും പൊടിയും, നുള്ളും നുറുങ്ങും, നേരം പുലർന്നു വീണ്ടും കറു ക്കുന്നതിനിടയ്ക്കു കുമിളപൊട്ടുന്ന പലതും സിദ്ധാർത്ഥന്റെ ചക്കിൽ

കിടന്നാടി കഥയുടെ അമൃതായി പുറത്തേക്കുറുന്നു. ('ഇവിടെ ഇപ്പോഴും ഇങ്ങനെ', 'വേനൽ', 'കാണാപ്പുറങ്ങൾ') പെറ്റമ്മയോടു കലഹിച്ചു കെട്ടിയ പെണ്ണിനെയുംകൊണ്ടു പാരുഷ്യത്തോടെ തറവാടു വിട്ടിറങ്ങുന്ന മുടിയനായ പുത്രന്റെ പശ്ചാത്താപവിവശമായ തിരിച്ചുവരവ്, എല്ലാം പൊറുക്കുന്ന ഒരമ്മയുടെ സ്നേഹോഷ്മളമായ വരവേല്പ് ('വെറും സ്വപ്നങ്ങൾ');ഇതൊക്കെ നാം മുമ്പു കാണാത്തതല്ല. പക്ഷേ ഈ നിത്യാനുഭവം സിദ്ധാർത്ഥൻ എന്ന കവി കൈയിലെടുത്തു തടവുമ്പോൾ നമുക്കു പുതിയൊരു അവബോധ മേഖല തുറന്നുകിട്ടുന്നു.

മുമ്പേ ഗമിച്ചീടിന ഗോവു തന്റെ പിമ്പേ ഗമിക്കാൻ മാത്രം ശീലിച്ച ഗോക്കളുടെ ഘോഷയാത്രകൾ മലയാളകഥയിലെ നിത്യക്കാഴ്ചയായിരുന്ന കാലത്ത് കൂട്ടം തെറ്റി മേയാൻ തീരുമാനിച്ച ചില പ്രതിഭകളുണ്ടായി; എം.സുകുമാരൻ, മുണ്ടൂർ കൃഷ്ണൻകുട്ടി. ഈ നിരയ്ക്കു വലിയ നീളമില്ല. സിദ്ധാർത്ഥൻ നില്ക്കുന്നത് അവിടെയാണ്. 'ഒരു നിമിഷത്തിന്റെ സ്മാരകം' എന്ന ചെറുകഥാ നിർവ്വചനത്തിന്റെ സാധുത ചോദ്യം ചെയ്യപ്പെടുകയും 'ചെറു' എന്ന ഉപസർഗം അപ്രത്യക്ഷമാവുകയും പ്രതികഥ പ്രചരിക്കുകയും ചെയ്യുന്ന പോസ്റ്റ്മോഡേൺ സന്ദർഭങ്ങളിലും, എത്ര പുനർവായന നടത്തിയാലും, അപനിർമ്മാണം ചെയ്താലും, സിദ്ധാർത്ഥനടക്കമുള്ള മുൻചൊന്നവരുടെ രചനകൾ പ്രസക്തമായിത്തന്നെ തുടരുമെന്നു ഞാൻ വിശ്വസിക്കുന്നു. കാരണം അവ പ്രതിസ്പന്ദിക്കുന്നത് സാധാരണ മനുഷ്യന്റെ ജീവിതാവസ്ഥകളോടാണ്; സംത്രാസങ്ങളോടാണ്.

തേങ്ങ ചേർത്തു, മുളകരച്ചു, മൺചട്ടിയിൽ വെളിച്ചെണ്ണ തിളപ്പിച്ചു പാകപ്പെടുത്തിയ അയിലക്കറിയുടെ ചൊടുക്കാത്ത രുചിയാണ് സിദ്ധാർത്ഥൻകഥകൾക്ക്. ഈ രുചി നേരിട്ടനുഭവിക്കാൻ ഞാൻ കഥാപ്രേമികളെ ക്ഷണിക്കട്ടെ. ഒപ്പം കഥയിലേക്ക് പുതിയ വീര്യത്തോടെ തിരിച്ചുവരാൻ ഈ കൃതഹസ്തനായ എഴുത്തുകാരനെ ഒരു സഹൃദയന്റെ നിരുപാധികമായ അധികാരത്തോടെ നിർബന്ധിക്കുകയും ചെയ്യട്ടെ.

കോഴിക്കോട്,

24-2-99.

ഉള്ളടക്കം

മുഖവുര 5

ആദ്യ പതിപ്പിലെ മുഖവുര 7

ഗൗതമന്റെ യാത്രകൾ 11

ഏതോ ഒരാൾ 21

ഒരു രാത്രിയിൽ 26

അച്ഛൻ 32

ആരുടെയോ മണവാട്ടി 36

അണ്ടിപ്പരിപ്പും നേതാവും 41

നക്ഷത്രവിളക്കുകൾ 44

കാണാപ്പുറങ്ങൾ 49

ഇവിടെ ഇപ്പോഴും ഇങ്ങനെ 52

വെറും സ്വപ്നങ്ങൾ 56

വേനൽ 60

പക 64

പടിഞ്ഞാറു നിന്നുള്ള കാറ്റ് 68

സൂചീമുഖി, കരയാതെ 72

അല്പം, നനഞ്ഞ ചിരി 77

ആട്ടം പിഴച്ചവർ 82

മുറിവുകൾ 88

പുഴയോരങ്ങൾ 93

കോമാളികൾ 98

ഗൗതമൻ, രാധിക തുടങ്ങിയവരുടെ സ്വപ്നം 104

പുറപ്പാട് 107

ആനന്ദക്കണ്ണീരിനൊടുവിൽ 110

മൊഴിവഴക്കത്തിന്റെ പച്ചപ്പ് 112

ഏതോ ഒരാൾ

നിശ്ചിതമായ ധാരണകളൊന്നുമില്ലാതെ, ഏതോ ഒരുൾവിളിയാലെന്നപോലെ അയാൾ നഗരത്തിൽ നിന്നു യാത്ര പുറപ്പെട്ടുകയാണുണ്ടായത്. ഏറെ പ്രതീക്ഷകളില്ല. തെളിഞ്ഞ ആകാശത്തിനു കീഴെ പ്രശാന്തമായ ഒരു ദിവസം. അല്ലെങ്കിൽ ഏതാനും മണിക്കൂറുകൾ. അതുപോലും അയാളെ സംബന്ധിച്ചിടത്തോളം വിലോഭനീയമായിരുന്നു.

ഗ്രാമസങ്കല്പം എന്നും അയാളുടെ ഉള്ളിൽ ഒരു മരുപ്പച്ചയുടേതായിരുന്നു. നഗരത്തിന്റെ കൊട്ടും കാട്ടുകളിൽ അലയുമ്പോഴൊക്കെ സ്നേഹത്തിന്റെ പശിമയുള്ള, നീരുറവയുള്ള ഗ്രാമത്തിന്റെ ഭാവം ഒരു കെടാവിളക്കിന്റെ നാളം പോലെ അയാളുടെ ഉള്ളിൽ മിന്നിയിരുന്നു. ഗ്രാമത്തിന്റെ ഓർമ്മകളിൽ തല പൂഴ്ത്തിക്കിടക്കുകയും എന്തിനെന്നില്ലാതെ ഈറൻ ചുമക്കുകയും ചെയ്യുക ചിലപ്പോഴെങ്കിലുമുള്ള അയാളുടെ സവിശേഷ സ്വഭാവമായിരുന്നു.

പ്രസക്തിയേതുമില്ലാത്ത ചോദ്യങ്ങളും ഉത്തരങ്ങളും സൃഷ്ടിക്കപ്പെടാൻ കൗതുകമില്ല. എന്നിട്ടും എന്തിനോ അയാൾ കാതുകൊട്ടുത്തു നടന്നു. പക്ഷേ ബസ്സിറങ്ങിയപ്പോഴാവട്ടെ, കടവു കടന്നപ്പോഴാവട്ടെ അയാളെ ആരും ഗൗനിച്ചില്ലല്ലോ. കടത്തുകൂലി വാങ്ങിയ കള്ളിമുണ്ടുകാരനെങ്കിലും ചേതമില്ലാത്ത ഒരു വാടിയ ചിരിപോലും അയാൾക്ക് എറിഞ്ഞുകൊടുത്തില്ലല്ലോ! സ്വന്തം ഗ്രാമത്തിന്റെ പ്രഹരം ഏറ്റുവാങ്ങി, മുണ്ടു മടക്കിക്കുത്തി കറുത്ത തുകൽബാഗ് കക്ഷത്തിലിടുക്കി അയാൾ നടന്നു.

തൊണ്ണൂടർന്ന തോട്ടും ഞണ്ടിൻ മാളങ്ങൾ നിറഞ്ഞ വീതി കുറഞ്ഞ വരമ്പുകളും ഏറ്റുമാടവും കോൺക്രീറ്റ് പാലവും തെല്ലകലെ കാണായ മൊട്ടക്കുന്നും കുന്നിൻപുറത്തെ ക്ഷേത്രവുമെല്ലാം

ആൾപ്പെരുമാറ്റമില്ലാത്ത ഏതോ വീട്ടിലെ ചുമരോരത്തെ മാറാല പിടിച്ച ചിത്രങ്ങളായി കിടന്നിരുന്നു. കാലം കൗശലക്കാരനായ ഒരു ഋണബാധിതനെപ്പോലെ ഇവിടം തൊടാതെ കടന്നുപോയിരിക്കുന്നു എന്ന് അയാൾ അറിഞ്ഞു

ഈ വീതികുറഞ്ഞ വരമ്പുകളിലെ കറുകപ്പുല്ലുകൾ ചവിട്ടിയരച്ച് കടന്നുപോയ സ്വന്തം കൗമാരം ഓർമ്മയിൽ മിന്നിത്തിളങ്ങവേ, അയാൾ ജാഗരൂകനായി. എന്തുകൊണ്ടെന്നാൽ ഉള്ളിൽ ഉറങ്ങിക്കിടക്കുന്ന ബലഹീനതകൾക്ക് ഊന്നുവടി നല്കരുതെന്ന് അയാൾക്ക് നിർബന്ധമുണ്ടായിരുന്നു. കാലടികൾ തിടുക്കത്തോടെ ചടുലതയോടെ നീട്ടിവച്ചു. എന്നാൽ ഇതൊന്നും അയാളുടെ പ്രകൃതമായിരുന്നില്ല; എന്നും ഇല്ലാതിരുന്നത് ഈ ചടുലതയും ജാഗ്രതയുമായിരുന്നു. സന്ദിഗ്ദ്ധ ഘട്ടങ്ങളിൽ പോലും അയാൾ നിർവീര്യനും ബലഹീനനും ഉദാസീനനുമായിരുന്നുവല്ലോ.

അയ്യപ്പക്ഷേത്രത്തിന്റെ മുഖപ്പു മറയ്ക്കുന്ന വയസ്സൻ അരയാലും ഇടിഞ്ഞു തുടങ്ങിയ പടിക്കെട്ടുകളുമേകിയ ചെടിപ്പറ്റ നഗ്നതയിൽ നിന്നു മിഴികളെടുത്തു അയാൾ തെക്കോട്ടു തിരിഞ്ഞു. വീതി കുറഞ്ഞ വരമ്പ് ഗ്രാമത്തിന്റെ നീല ഞരമ്പായി പിന്നെയും പുഴയോരത്തേയ്ക്കു നീണ്ടുകിടപ്പുണ്ടായിരുന്നു.

പുഴയോരം വിജനമായിരുന്നു. പുഴ ഏതോ ഗദ്ഗദമമർത്തി കിടക്കുകയായിരുന്നു. ചകിരിച്ചവറും ചെളിയും കെട്ടിക്കിടന്ന വഴിയോരത്ത് ആരുടെയോ കാലടിപ്പാടുകൾ വീണുകിടന്നിരുന്നു.

തെല്ലുകലെനിന്ന് പെണ്ണുങ്ങൾ തൊണ്ടു തല്ലുന്നതിന്റെ ശബ്ദം ഒരു താളമായി ഉയർന്നു തുടങ്ങുന്നു. വെളുപ്പാൻകാലത്ത് ചകിരി വടിയുമെടുത്തു തടിച്ച ചന്തിയും കുലുക്കി എന്തെല്ലാമോ കൊച്ചു വർത്തമാനങ്ങൾ കിലുക്കി പുഴയോരത്തണയുന്ന ഗ്രാമത്തിലെ നിഷ്കളങ്ക യൗവനങ്ങൾ. ഏറെ അദ്ധ്വാനിക്കുകയും പരിമിതമായ സ്വപ്നങ്ങൾ കാണുകയും ഗ്രാമത്തിന് സ്വയമറിയാതെ സൗഭാഗ്യം ചാർത്തുകയും ചെയ്യുന്ന കറുത്ത സുന്ദരികൾ. പൊടുന്നനെ നാരായണിയും ജാനകിയും ലീലയും ദേവകിയുമൊക്കെ അയാളുടെ ഓർമ്മയിൽ മിന്നി. ധനവും യൗവനവും ധൂർത്തടിച്ചു നടന്ന ഗ്രാമത്തിലെ കുബേരകുമാരന്മാർക്ക് അവരെന്നും സംസാരവിഷയങ്ങളായിരുന്നു.

വെള്ളാരങ്കണ്ണൻ പരമുവിനുനേരെ കാന്തോളി ഇടവഴിയിൽ വച്ച് ചകിരിവടിയോങ്ങിയ നാരായണിയെ, വായിൽനോക്കികളായ ചെറുപ്പക്കാർ അവളറിയാതെ ഉണ്ണിയാർച്ച എന്നു വിളിച്ചിരുന്നു. മുണ്ടിയൻകാവ്

പറമ്പിൽ ഒറ്റയാനായി ആകാശം നോക്കി മലർന്നു കിടന്നിരുന്ന വൈകുന്നേരങ്ങളിൽ ചെറുപ്പക്കാരുടെ കൊച്ചുവർത്തമാനങ്ങൾ അയാൾക്കരികിലും വീണു ചിതറിയിരുന്നുവല്ലോ.

ഇപ്പോൾ നാരായണിയും കൂട്ടുകാരികളുമൊക്കെ എവിടെയായിരിക്കും. ഏതാനും കരുമാടിക്കുട്ടന്മാരുടെ അമ്മമാരായിട്ടുണ്ടാവാം. നര ഗുളികകളും ലൂപ്പും നല്കുന്ന സുരക്ഷിതത്വത്തിൽ സംതൃപ്ത കുടുംബിനികളായി വാഴുന്നുണ്ടാവാം.

ചകിരിക്കുഴികളിൽ നിന്നുയരുന്ന വാട ചെടിപ്പുളവാക്കുന്നു എന്ന് അയാൾ അത്ഭുതത്തോടെയറിഞ്ഞു. അയാൾ ഗ്രാമത്തിൽ തീർത്തും ഒരന്യൻ. അതെ, അയാൾക്ക് ഈ ഗ്രാമവുമായി ബന്ധമൊന്നുമില്ലാതായിരിക്കുന്നുവല്ലോ. വേണമെങ്കിൽ പറയാം. ഈ ഗ്രാമത്തിൽ വയലോരത്ത് അയാൾക്കൊരു കൂരയുണ്ടായിരുന്നു. മുണ്ടിയൻകാവ് പറമ്പ് സ്കൂളിലും അത്താണിക്കൽ സ്കൂളിലും പഠിച്ചിരുന്നു. കണക്കൊഴികെ മറ്റെല്ലാ വിഷയങ്ങളിലും മിടുക്കനായിരുന്നു. കണക്കു ടീച്ചറുടെ ശകാരങ്ങൾക്കും പ്രഹരങ്ങൾക്കും എന്നും പാത്രമായിരുന്നു. ടീച്ചറെ ശൂർപ്പണഖയെന്നു കൂട്ടുകാരോടൊത്തു പിരാകിയിരുന്നു. ചെറുപ്പക്കാരായ അധ്യാപകർ പാട്ടുകൾ പാടിക്കുകയും കഥകൾ പറയിപ്പിക്കുകയും കവിളത്തു മൃദുവായി നുള്ളി കൊച്ചുമിടുക്കായെന്നു വിളിക്കുകയും ചെയ്തിരുന്നു... പിന്നെ വലുതായപ്പോൾ നഗരത്തിലെ വിദ്യാഭ്യാസം കഴിഞ്ഞ് തിരിച്ചുവന്നപ്പോൾ മുണ്ടിയൻകാവു പറമ്പിലെ ഏകാന്തസായാഹ്നങ്ങളിൽ ആകാശം നോക്കി മലർന്നു കിടക്കുമായിരുന്നു. ഒലിപ്രം പുഴയോരത്തെ ചകിരിക്കുഴികളിൽ നിന്നുയരുന്ന കാറ്റിന്റെ തലോടലേറ്റ് അലയുമായിരുന്നു. ചകിരിക്കടവത്തെ കറുത്ത സുന്ദരികളുടെ ആഴം കുറഞ്ഞ മൊഴികൾ കേട്ടും നിഷ്കളങ്കത സ്ഫുരിക്കുന്ന മിഴികൾ കണ്ടും ദിവസങ്ങളൊടുക്കുമായിരുന്നു.

ചകിരിക്കടവിനടുത്തെത്തിയപ്പോൾ അയാളുടെ മിഴികൾ എന്തിനെന്നില്ലാതെ പരതി. എല്ലിൻകോലങ്ങളായ ഏതോ കറുത്ത പെണ്ണുങ്ങൾ ഒരു നിമിഷം തൊണ്ടു തല്ലുന്നതു നിറുത്തി തുറിച്ചു നോക്കുന്നുണ്ടായിരുന്നു. നീണ്ടുവളർന്ന താടിയിലും മുടിയിലും അപരിചിതത്വത്തിന്റെ മിഴികൾ മേയുന്നത് ഒരുതരം അസ്വസ്ഥതയോടെ അയാൾ അറിഞ്ഞു.

എന്തിനെന്നില്ലാതെ അയാൾ പിന്നെയും തിടുക്കം കൊണ്ടു. വിയർപ്പുചാലുകൾ ദേഹത്ത് ഒഴുകിക്കൂടുന്നുണ്ടായിരുന്നു. വെള്ളാരങ്കണ്ണൻ പരമുവിന്റെ പ്ലാസ്റ്റിക് വല പാവിയ കൊപ്രക്കളവും ചകിരി കമ്പനിയും തലയുയർത്തി നിൽക്കുന്നു. ഗ്രാമത്തിലെ കറുത്തു കൊഴുത്ത

പെൺകിടാങ്ങളുടെ രക്തവും പ്രസാദവും വാറ്റി അവൻ പിന്നെയും മാളികയുയർത്തിയിരിക്കുന്നു. അവൻ, തന്റെ അച്ഛന്റെ പേരിൽ അത്താണി പണിതിട്ടിരിക്കുന്നു. വെള്ളാരങ്കണ്ണൻ പരമുവിന്റെ പ്രതാപം സർവത്ര [illegible] ഗ്രാമത്തിലെ [illegible] ചത്തുപോയ അച്ഛന്റെ പേരിൽ വെടിക്കെട്ട് പൊട്ടിക്കുന്നതും വിദൂരസ്ഥഗ്രാമങ്ങളിൽപോലും അലയൊലിയുണ്ടാക്കുന്ന കാളപൂട്ട് മത്സരം നടത്തുന്നതും അയാൾ നേരത്തെ അറിഞ്ഞിരുന്നു. ഇപ്പോൾ ഗ്രാമത്തിലെ ഒരു പെൺകൊടിയും അവന്റെ നേരെ ചകിരിവടിയോങ്ങാൻ മുതിരുകയുണ്ടാവില്ലെന്നും യുക്തിയേതുമില്ലാതെ അയാൾ നിനച്ചു. വൈദ്യശാലയും കള്ളുഷാപ്പും നില്ക്കുന്നിടത്ത്, റോഡ് അവസാനിക്കുന്നിടത്ത് ഒഴുക്കറ്റ് അയാൾ നിന്നു. ഏതോ പത്രവാർത്തയെച്ചൊല്ലി വൈദ്യശാലക്കുമുമ്പിൽ കൊണ്ടുപിടിച്ച സംസാരം നടക്കുന്നുണ്ടായിരുന്നു. അയാൾ ഒരുനിമിഷം കാതുകൊടുത്തു. വിഷയം നാളുകൾക്കുമുമ്പ് നടന്ന ഏതോ പതിനാറുകാരിയുടെ സംശയകരമായ മരണമായിരുന്നു. പെൺകുട്ടിയ ബലാത്സംഗം ചെയ്ത് കൊന്നതായിരുന്നുവത്രേ. പെൺകുട്ടിയുടെ ചോരപുരണ്ട അടിപ്പാവാടയിൽ ശുക്ലക്കറ പറ്റിയിരുന്നുവത്രേ. പോലീസ് നായ ഏതോ ഒരു വീട്ടിൽ മണംപിടിച്ച് ചെന്നിട്ടുണ്ടത്രേ. ലഹരിയിലെന്നവണ്ണം കൈകൾ വായുവിൽ ചുഴറ്റി ഒരു ചെറുപ്പക്കാരൻ വിവരിക്കുന്നുണ്ടായിരുന്നു.

അയാൾ ക്ഷണിക്കപ്പെടാത്തവന്റെ ജാള്യത്തോടെ അവിടേയ്ക്ക് മെല്ലെ കടന്നുചെന്നു. അവിടെ കൂടിയ ചിലരെയെങ്കിലും അയാൾ ഓർമ്മിക്കുന്നുണ്ടായിരുന്നു. വേണമെങ്കിൽ പരിചയം പുതുക്കാമായിരുന്നു. പക്ഷേ എല്ലാ കണ്ണുകളും അപരിചിതത്വത്തിന്റെ, സംശയത്തിന്റെ മുന കൂർപ്പിച്ചുകൊണ്ട് ആഞ്ഞടുക്കുന്നത് അയാൾ അറിഞ്ഞു. ചെറുപ്പക്കാരൻ പൊടുന്നനെ സംസാരം നിറുത്തി. പിന്നെ ഉണങ്ങിമെലിഞ്ഞ, ഒറ്റത്തോർത്തുടുത്ത കാരണവരോട് അടക്കം പറഞ്ഞു. പക്ഷേ അത് അയാളുടെ കാതുകൾ പെറുക്കിയെടുത്തു കഴിഞ്ഞിരുന്നു. അസ്വസ്ഥത ഏതോ വിഷധൂമികപോലെ അയാളെ പൊതിഞ്ഞു. അയാൾക്ക് ആവുന്നത്ര ഉച്ചത്തിൽ വിളിച്ചുപറയണമെന്നുണ്ടായിരുന്നു. കൂട്ടരേ, ഞാൻ സി.ഐ.ഡി.അല്ല. ആ പതിനാറുകാരിയുടെ കേസിൽ തുമ്പുണ്ടാക്കുക എന്റെ ജോലിയല്ല. ഞാൻ ഈ ഗ്രാമത്തിൽ ജനിച്ചവൻ, വളർന്നവൻ, നിങ്ങളിൽ ചിലരുടെയെങ്കിലും മുഖച്ഛായ ഓർമ്മയിൽ സൂക്ഷിക്കുന്നവൻ....

പച്ചപ്പുതേടി, നീരുറവകൾ തേടി ഇനിയെങ്ങോട്ടാണ്? അയാൾ സ്വയം ചോദിച്ചു തുടങ്ങിയിരുന്നു. അയാളുടെ മനസ്സുപോലെ, അവിടവിടെ

കിളച്ചും കുഴിച്ചും വീതികൂട്ടിയും അലങ്കോലപ്പെട്ടു കിടക്കുന്ന പഞ്ചായത്തു പാതയിലൂടെ കാലടികൾ പിന്നെയും നീട്ടിവച്ചു. മുണ്ടിയൻകാവ് പറമ്പ് വെയിലിൽ മൂർച്ഛിച്ചു കിടക്കുന്നു. സ്കൂളും റേഷൻഷാപ്പും ചായക്കടയും എല്ലാം ഏതോ ദുഃഖസ്മരണകൾ പോലെ നിന്നിരുന്നു. റേഷൻകടയിൽ ക്യൂ നില്ക്കുന്നവരുടെ ദൈന്യം മുറ്റിയ കണ്ണുകൾ പാറിവരുന്നതും ഒറ്റയും തെറ്റയുമായി അമർത്തിയ സംസാരങ്ങൾ മുളപൊട്ടുന്നതും അയാൾ അറിഞ്ഞു. അപ്പോഴേയ്ക്കും ചായക്കട ഒരു ആശ്വാസമേഖലയായി അയാൾക്കു മുമ്പിൽ തെളിഞ്ഞുകഴിഞ്ഞിരുന്നു. സർദാറിന്റെ ചായക്കട പണ്ടും അയാൾക്കങ്ങനെയായിരുന്നവല്ലോ. ഇപ്പോഴും സർദാർ തന്നെ യായിരിക്കുമോ കടക്കാരൻ! മുന്നിൽ ആരുമില്ല. സമാവറിൽനിന്നു ചെമ്പുമുക്കാലിന്റെ കിലുക്കമുയർന്നിരുന്നു. സർദാർ പിന്നാമ്പുറത്തിരു ന്നു പുല്ലുപറിക്കുകയോ, വിറകുകീറുകയോ, വീടരെ ശകാരിക്കുകയോ ആവാം. കാലം ശീലങ്ങൾക്കു മാറ്റം വരുത്തിയിരിക്കുമോ! കടയിൽ പഴയ പത്രങ്ങളും കലണ്ടറുകളും അവിടെയുമിവിടെയും ഒട്ടിച്ചു വയ്ക്കുക സർദാറിനൊരു മാനിയ ആയിരുന്നു. അതിനിടയിൽ ആരു ചെന്നാലും ചായ കിട്ടില്ല. സർദാറിന്റെ ചായക്കച്ചവടം പോലെയെന്നു ഗ്രാമത്തിൽ ഒരു ശൈലിപോലുമുണ്ടായിരുന്നു.

അയാൾ മുരനടക്കി. പ്രതീക്ഷിച്ചതുപോലെ സർദാർ പിന്നിൽ നിന്നു പ്രത്യക്ഷപ്പെട്ടു. ചോദ്യഭാവത്തിൽ ഒരുനിമിഷം തുറിച്ചു നോക്കി. പിന്നെ യാന്ത്രികമായി ചായ പകർന്നു. ആ തിളക്കംകെട്ട കണ്ണുകളിലെ നിസ്സംഗതയും അപരിചിതത്വവും കാൺകെ അയാളുടെ ഉള്ളിൽ വിടർന്നു തുടങ്ങിയ കൗതുകം വാടുകയായിരുന്നു. വർധിച്ച അസ്വസ്ഥതയോടെ, തിടുക്കത്തോടെ അയാൾ ചായ കുടിച്ച് പുറത്തേക്കിറങ്ങി; ബാക്കി ചില്ലറ വാങ്ങാൻ നില്ക്കാതെ. പിറകിൽ നിന്നു ഒരിക്കൽമാത്രം ഉയർന്ന വിളി കേൾക്കാൻ നില്ക്കാതെ അയാൾ നടന്നു.

തിളയ്ക്കുന്ന വെയിലിൽ, ഗ്രാമമേല്പിച്ച തിണർപ്പുകളുമായി നീങ്ങവേ, അയാൾ നഗരത്തിലേക്കുള്ള ദൂരം എത്ര കുറഞ്ഞിരിക്കുന്നുവെന്നോർത്ത് വിസ്മയം കൊള്ളുകയും നെടുവീർപ്പിടുകയുമായിരുന്നു.

ഒരു രാത്രിയിൽ

ടൗൺഹാളിലെ പൊതുയോഗം കഴിഞ്ഞപ്പോൾ, രാത്രി ഏറെ ചെന്നു. ആരംഭിക്കാൻ തെല്ല വൈകി എന്നതു ശരി തന്നെ. എങ്കിലും സ്വർണ്ണഫ്രെയിം ഉള്ള കണ്ണടവച്ച യുവജനനേതാവ് സോമന്റെ സമയനിഷ്ഠ പാലിക്കാതെയുള്ള പ്രസംഗം തന്നെയാണ് മുഖ്യഹേതു. ദേശീയ സാർവദേശീയ പ്രശ്നങ്ങളെക്കുറിച്ച് അപഗ്രഥിച്ചു തുടങ്ങിയപ്പോൾ സോമൻ സ്വയം മറക്കുകയാണുണ്ടായത്. ജനം മുഷിഞ്ഞതുമില്ല. യോഗാനന്തരം ജില്ലാനേതാവിന്റെ അഭിനന്ദനം കൈപ്പറ്റിയപ്പോൾ സോമന് അഭിമാനം തോന്നി. പഴക്കവും പാരമ്പര്യവുമുള്ള നേതാവിൽനിന്ന് അഭിനന്ദനം വീണുകിട്ടുക അത്ര നിസ്സാരമായ കാര്യമല്ലെന്ന് ഓർത്തപ്പോൾ സോമൻ ഒരു മൂളിപ്പാട്ടുപോലും പാടുകയുണ്ടായി.

ടൗൺഹാളിൽനിന്നിറങ്ങിയ സോമൻ വാച്ചിൽ നോക്കി. കണ്ണടയെടുത്തു തുടച്ച് മൂക്കിൽ ഫിറ്റു ചെയ്ത് വീണ്ടും വാച്ചിൽ നോക്കി. ചതിച്ചു. ഇന്നിനി നാട്ടിലേക്കു പോകാനാവില്ല. അവസാനത്തെ ബസ്സും പോയിട്ടുണ്ടാവും. വല്ല ലോറിയിലോ മറ്റോ കയറിച്ചെന്നിട്ടും കാര്യമില്ല. കടത്തുകാരൻ സുഖനിദ്രയിലാണ്ടിരിക്കും. ഇക്കരെനിന്നു വിളിച്ചുകൂവി നേരം വെളുപ്പിക്കേണ്ടിവരും. തന്നെയുമല്ല അതിരാവിലെ നഗരത്തിലേയ്ക്കു തിരിച്ചുവരേണ്ടതുമുണ്ടല്ലോ. ഇന്നു രാത്രിയിലും നഗരത്തിലെ പാർട്ടി ആപ്പീസിൽതന്നെ നങ്കൂരമിടാം.

രാത്രിയിൽ മിക്കവാറും ചൂടുള്ള കപ്പയും മത്തിക്കറിയും കിട്ടുന്ന കാപ്പിക്കടയുടെ ഓർമ്മ സോമന്റെ ക്ഷീണമനസ്സിൽ ഒരു ആവേശമായി ഉണർന്നു. അനുദിനം വളർന്നുകൊണ്ടിരിക്കുന്ന തന്റെ കുമ്പയെ അവഗണിച്ചുകൊണ്ട് സോമൻ ചുറുചുറുക്കോടെ നടന്നു.

കാപ്പിക്കടയിലെ വയസ്സൻബഞ്ച് ഉലച്ചുകൊണ്ട് സോമൻ കപ്പയും മത്തിക്കറിയും നിർദ്ദാക്ഷിണ്യം വെട്ടിവിഴുങ്ങി. സംതൃപ്തിയുടെ കാഹളം

വിളിയായി ഏമ്പക്കം വന്നപ്പോൾ സോമൻ എഴുന്നേറ്റു. കൈ കഴുകുന്നിടത്ത് കണ്ണാടയ്ക്കുള്ളിലൂടെ എന്തോ പരതുന്നത് കണ്ടപ്പോൾ കടക്കാരൻ ചിരിച്ചു:

‘സോറപ്പ തീർന്നു. ഡാഷ്ലു ചെലവാക്കി മീൻ തിന്നിട്ട് അതിന്റെ മണമെങ്കിലും വേണ്ടേ....’

സോമൻ പിന്നെയും ഒരേമ്പക്കമിട്ടുകൊണ്ട് വെറുതെ ചിരിച്ചു.

കൈ കഴുകി, കാശുകൊടുത്ത്, ടൗവ്വൽകൊണ്ട് മുഖം അമർത്തിത്തുടച്ച് മൂക്കുചീറ്റി സോമൻ കുമ്പയും തുളുമ്പിച്ചുകൊണ്ട് പുറത്തേക്കിറങ്ങി.

പാർട്ടി ആപ്പീസിന്റെ മുൻവശത്തെ ലൈറ്റ് അണച്ചിരുന്നില്ല. കുള്ളനായ ആപ്പീസ് സെക്രട്ടറി ടെലഫോണിന്റെ അടുത്തുള്ള മേശപ്പുറത്ത് തലചായ്ച്ച് കിടക്കുന്നു. അരികിൽ അനാഥമായി കിടക്കുന്ന കറുത്ത ഫ്രെയിമുള്ള കണ്ണട. ഒരൊറ്റ വിളിയേ വേണ്ടിവന്നുള്ളു.

സോമൻ ചിരിച്ചുകൊണ്ട് ചോദിച്ചു:

‘ഇന്ന് ആരെങ്കിലും സ്ഥലം കൈയേറിയിട്ടുണ്ടോ?’

ആപ്പീസ് സെക്രട്ടറി പാതിയുറക്കത്തിൽ തെല്ലു നീരസത്തോടെ പറഞ്ഞു :

‘ആ നോക്ക്.... സ്ഥലമുണ്ടാവും.’

ആ ചെറിയ തല പിന്നെയും മേശപ്പുറത്തേക്കു ചാഞ്ഞു.

സോമൻ പിറ്റേന്നത്തെ പത്രവുമെടുത്ത് യുവജനങ്ങൾക്കു പതിച്ചുവച്ചിട്ടുള്ള മുറിയിലേക്കു കടന്നു ലൈറ്റിട്ടു. കൊതുകിൻപറ്റം പതിവുപോലെ സോമനെ സ്വാഗതം ചെയ്യാനോടിയെത്തി. സോമൻ ഫുൾസ്പീഡിൽ ഫാനിട്ടു. കൊതുകുകളുടെ സ്വാഗതഗാനം നേർത്തു വന്നപ്പോൾ പത്രമെടുത്തു നിവർത്തി. ടൗൺഹാളിലെ പൊതുയോഗത്തിന്റെ വാർത്ത ഫസ്റ്റ് എഡിഷനിൽ ചേർത്തിട്ടുണ്ടാവില്ലേ...?

ഇതാ കിടക്കുന്നു നാലാം പേജിലെ ഒരു മൂലയിൽ!

യോഗത്തിൽ സോമനും പ്രസംഗിച്ചുവത്രേ! ഉം ഇരിക്കട്ടെ, സോമന്റെ പ്രസംഗവും ലീഡോടുകൂടി ഒരു ദിവസം വരും...

പത്രം ഓടിച്ചുനോക്കി. വിശദമായി നാളെ വായിക്കാം. ഉറങ്ങണം. കാലത്ത് മഹിളകൾക്ക് ക്ലാസ്സ് എടുക്കേണ്ടതാണ്.

പൊടുന്നനെയാണ് ഇടിത്തീപോലെ ഒരു കാര്യം ഓർമ്മയിൽ മിന്നിയത്. നാളെ ഡ്രസ്സ് മാറ്റാൻ എന്തു ചെയ്യും? വൈകുന്നേരം വീട്ടിൽ പോവാമെന്ന് കരുതിയതായിരുന്നല്ലോ. ഉടുത്തിരിക്കുന്ന ഷേർട്ടും മുണ്ടും- ഇത് രണ്ടാം ദിവസമാണ്...

ഷേർട്ട് അഴിച്ച് കലണ്ടർ തൂക്കിയ ഒരു ആണിയിൽ കൊളുത്തി. സാരമില്ല. ഷേർട്ട് വല്ലാതെ ഉലഞ്ഞിട്ടൊന്നുമില്ല. മുണ്ടാണ് പ്രശ്നം. ഇത് ഉടുത്തു കിടന്നാൽ പക്ഷേ ആകെ ചുളിഞ്ഞു വൃത്തികേടാവും. [illegible] മാറ്റാൻ ഒന്നുമില്ല. ഇച്ഛാഭംഗത്തോടെ ബാത്ത്റൂമിലേക്ക് പോയി. വിസ്തരിച്ച് കാലും മുഖവും കഴുകി. തിരിച്ചുവന്നു. മുണ്ടിന്റെ പ്രശ്നം വീണ്ടും ഒരു തലവേദനയാവുന്നു. കണ്ണുകൾ മുറി മുഴുവൻ പരതി. ഒരു പഴയ ലുങ്കിയോ മറ്റോ... അത് വെറും പാഴ്ചിന്തയായിരുന്നു. എന്താണ് ആ പത്രക്കെട്ടുകൾക്കിടയിൽ കിടക്കുന്നത്? തിടുക്കത്തിൽ ചെന്നെടുത്തുനോക്കി. ഒരു പഴയ കൊടി. ഒരു ചെറിയ തോർത്തുമുണ്ടോളം വലിപ്പമുണ്ട്. ഒരു ഐഡിയാ തലനീട്ടി. സ്വയം തിരുത്തുകയും ചെയ്തു. ശരിയല്ല. കൊടി പഴയതെങ്കിലും നരച്ചതെങ്കിലും കൊടി തന്നെയാണ്.

ഒടുവിലാണ് മറ്റൊരു ചിന്ത മറനീക്കി പുറത്തുവന്നത്. വിദ്യാർത്ഥികളുടെ ജില്ലാസമ്മേളനം കഴിഞ്ഞിരിക്കുന്ന അവസരമല്ലേ. പിൻമുറിയിൽ ചെന്നു ലൈറ്റിട്ടു. ഉടുക്കാനും വേണമെങ്കിൽ പുതയ്ക്കാനും പറ്റിയ, ഉപയോഗിച്ചു കഴിഞ്ഞ വിവിധതരം ബാനറുകൾ മൂലയിൽ. ആനന്ദലബ്ധിക്കിനിയെന്തുവേണം! ഉടുക്കാൻ പറ്റിയ ഒരു ബാനറുമെടുത്തു മുറിയിലേക്കു തിരിച്ചുവന്നു.

ബാനർ അരയിൽ ചുറ്റി. ഭേഷ്. ഉടുത്ത മുണ്ടഴിച്ചു നന്നായി മടക്കി. ഇവനെ എവിടെ ഭദ്രമായി കൊളുത്തി വയ്ക്കും? വേണ്ടത്ര തൃപ്തിയായില്ലെങ്കിലും കസേരയുടെ പിന്നിൽ മടക്കിയിട്ടു.

അനന്തരം സോമൻ ലൈറ്റ് ഓഫ് ചെയ്യുകയും ഫാനിന്റെ കടകട ശബ്ദത്തിന്റെയും കൊതുകിന്റെ നേർത്ത ഗാനങ്ങളുടെയും ലോകത്തിൽനിന്ന് നിദ്രയുടെ കയത്തിലേക്ക് മെല്ലെമെല്ലെ ആണ്ടിറങ്ങുകയും ചെയ്തു.

വായനക്കാരേ, അതേ രാത്രിയിൽ, അതേ സ്ഥലത്തുതന്നെ തുല്യപ്രാധാന്യമുള്ള മറ്റൊരു സംഭവം കൂടി കുറിക്കപ്പെട്ടു എന്നത് വിധിയുടെ വിളയാട്ടമെന്നേ പറയേണ്ടൂ. തുല്യപ്രാധാന്യമെന്നത് ചരിത്രകാരന്റെ ആത്മനിഷ്ഠമായ പ്രസ്താവമാകുന്നു. ഇത് വായനക്കാർക്ക് അഹിതമെങ്കിൽ നിരാകരിക്കാവുന്നതും ഏതു സംഭവമാണോ നിങ്ങൾക്ക് പ്രധാനമെന്ന് തോന്നുന്നത് അത് അവ്വിധം നിശ്ചയിക്കാവുന്നതുമാകുന്നു. അതെ, ഇനി പൂർവ്വഭാഗത്തെന്നതുപോലെ ചരിത്രകാരൻ മറഞ്ഞുനില്ക്കട്ടെ.

അതെ, വിദ്യാധരൻ എന്ന വിദ്യാർത്ഥിനേതാവ് തലസ്ഥാന നഗരിയിൽ നിന്നു തിരിച്ചെത്തിയത് ആ രാത്രിയിൽതന്നെയായിരുന്നു. വണ്ടിയിറങ്ങിയപ്പോൾ വിദ്യാധരൻ തീർത്തും ദാരിദ്ര്യരേഖയ്ക്കു

താഴെയായിത്തീർന്നിരുന്നു. റെയിൽവേസ്റ്റേഷനിൽനിന്ന് ഒരു ഗ്ലാസ് തണുത്തവെള്ളം കുടിച്ച് നഗരത്തിന്റെ കൊടുംക്രൂരതയിലേയ്ക്ക് ഇറങ്ങി. ഓട്ടോറിക്ഷയ്ക്ക് കാശുണ്ടെങ്കിൽ നേരെ വീടുപറ്റുമായിരുന്നു. രാത്രിയിൽ രണ്ടുമൈൽ അകലെയുള്ള വീട്ടിലേക്ക് ഈ കി[illegible]ൻ പക്ഷേ എങ്ങനെ തനിയെ നടന്നുപോവും! വിദ്യാധരൻ ഏറെ ചിന്തിക്കാതെ പാർട്ടി ആപ്പീസിലേക്കു നടന്നു.

പാർട്ടി ആപ്പീസിന്റെ മുന്നിലെ ലൈറ്റ് നിതാന്തജാഗ്രതയോടെ കണ്ണുമിഴിച്ച് നില്പുണ്ടായിരുന്നു. വിദ്യാധരൻ തുറന്നിട്ട ജാലകത്തിലൂടെ നോക്കി. ടെലഫോണിന്റെ അടുത്തുള്ള മേശപ്പുറത്ത് അനാഥമായിക്കിടക്കുന്ന കറുത്ത ഫ്രെയിമുള്ള കണ്ണട. ഒരൊറ്റ വിളിക്കുതന്നെ അടുത്തുള്ള ബഞ്ചിൽനിന്നു ഉയരം കുറഞ്ഞ രൂപം തലയുയർത്തി. ആപ്പീസ് സെക്രട്ടറിയുടെ ഉറക്കച്ചടവുള്ള കണ്ണുകളിൽ ചോദ്യം തിരി നീട്ടി.

'ഈ അസമയത്ത് എവിടെനിന്നു വരുന്നു?'

'കമ്മിറ്റി കഴിഞ്ഞ് തിരുവനന്തപുരത്തുനിന്ന് വര്വാണ്. സ്ഥലമുണ്ടോ?'

'ആ കാണും. സോമനുമുണ്ട്. വാതിലടച്ച് എങ്ങാനും കിടക്ക്.'

ഏറെ സംസാരിക്കണമെന്ന് വിദ്യാധരനും ആഗ്രഹമുണ്ടായിരുന്നില്ല. എവിടെയെങ്കിലും ഒന്നു തല ചായ്ക്കണം. നേരെ അകത്തളത്തിലേക്കു കടന്നു ലൈറ്റിട്ടു. ഫാനിന്റെ കടകടശബ്ദത്തിന്റെ കീഴിൽ സോമൻ സുഖസുഷുപ്തി കൊള്ളുന്നു. മുറിയാകെ പരതി. വീതിയുള്ള ബഞ്ച് കാലി. ഷേർട്ടഴിച്ചു ഒരു ആണിയിൽ തൂക്കി. അപ്പോഴാണ് ഒരു പ്രശ്നം വിദ്യാധരനെ തുറിച്ചുനോക്കിയത്. തന്റെ പാന്റസിട്ടുകൊണ്ടു ശയിക്കാനൊക്കില്ല. നാളെ അതിട്ടുകൊണ്ടു വേണം കോളേജിൽ പോവാൻ. ആലോചിച്ചു വിഷമിക്കേണ്ടിവന്നില്ല. എതിരെയുള്ള കസേരക്കു പിന്നിൽ മടക്കിവച്ച ഡബിൾമുണ്ട് കണ്ടത് അപ്പോഴാണ്. മുണ്ട് എടുത്തു ചുറ്റി കളസത്തിൽനിന്ന് പൊടുന്നനെ മോചിതനായി. തികഞ്ഞ ആത്മസംതൃപ്തിയോടെ കളസം മടക്കി കസേരക്കു പിന്നിൽ ഇട്ട് ലൈറ്റ് ഓഫ് ചെയ്തു ബഞ്ചിൽ മലർന്നു കിടന്നു. അചിരേണ സുഖസുഷുപ്തിയിലേക്ക് ഊളിയിടുകയും ചെയ്തു എന്നു പ്രത്യേകം പറയേണ്ടതില്ലല്ലോ.

വായനക്കാരേ, ക്ഷമിക്കുക. ചരിത്രകാരന് വീണ്ടും രംഗത്തു പ്രത്യക്ഷപ്പെടേണ്ടതായി വന്നിരിക്കുന്നു. പാർട്ടി ആപ്പീസിലെ ആ പ്രഭാതം പതിവുപോലെ പ്രശാന്തമാവേണ്ടതായിരുന്നു. വിധിവിപര്യയമെന്ന് പറയട്ടെ സംഭവിച്ചത് നേരെ വിപരീതമായാണ്. കാര്യത്തിന്റെ കിടപ്പ് ബുദ്ധിമാന്മാരായ വായനക്കാർ ഇതിനകം ഗ്രഹിച്ചിരിക്കാൻ ഇടയുണ്ടെന്നിരിക്കിലും വിസ്തരിച്ച് ഉപപാദിക്കുകയാണ് വേണ്ടതെന്ന്

ചരിത്രകാരൻ എങ്ങനെയോ ധരിച്ചവശായിരിക്കുന്നു. ധ്വന്യാത്മകതയിലോ പ്രതീകാത്മകതയിലോ വിശ്വസിക്കാതെ ചരിത്രകാരൻ അതീവ വാചാലനായി വീണ്ടും വീണ്ടും പ്രത്യക്ഷപ്പെടുന്നതും അതുകൊണ്ടുതന്നെ നാറവുന്നു.

പറയട്ടെ, പ്രഭാതത്തിൽ എന്താണ് സംഭവിച്ചത്? വിദ്യാധരനു അതിരാവിലെ എഴുന്നേറ്റു. മറ്റു അന്തേവാസികൾ ഉണരുന്നതിനു മുൻപേ ദിനകൃത്യങ്ങൾ നിർവഹിക്കാമെന്ന ഒറ്റ ഉദ്ദേശ്യശുദ്ധിയേ ഉണ്ടായിരുന്നുള്ളൂ. ആപ്പീസ് സെക്രട്ടറിയുടെ ടൂത്ത്പേസ്റ്റ് (ബ്രഷ് എടുക്കുകയുണ്ടായില്ല), എണ്ണ, സോപ്പ്, തോർത്തുമുണ്ട് തുടങ്ങിയവകൾ ശേഖരിച്ച് അതതു ധർമ്മങ്ങൾക്കൊരുങ്ങി. അപ്പോഴുണ്ടായി ഒരു പുതിയ പ്രശ്നം. കുള്ളനായ ആപ്പീസ് സെക്രട്ടറിയുടെ തോർത്തുമുണ്ട് നന്നെ ചെറിയതാണ്. (അദ്ദേഹത്തിനുവേണ്ടി പ്രത്യേകം തയാറാക്കിയതെന്ന് തോന്നും വിധത്തിലുള്ളത്.)വിദ്യാധരനാണെങ്കിൽ ദേഹത്തിൽ അല്പമെങ്കിലും എണ്ണ പുരട്ടിക്കുളിക്കണമെന്ന പതിവു ശീലവുമുണ്ട്. ആപ്പീസ് സെക്രട്ടറിയുടെ തോർത്തു ചുറ്റിയാൽ സംഗതി 'എ' സർട്ടിഫിക്കറ്റിന് വകയുള്ളതാകും. അതിനാൽ മറ്റു പോംവഴികളൊന്നുമില്ലാതെ പാവം വിദ്യാധരൻ രാത്രിയിൽ ചുറ്റിയ ഡബിൾമുണ്ടോടുകൂടിത്തന്നെ ദേഹത്തിൽ എണ്ണപുരട്ടി. വഴിയെ മറ്റു കൃത്യങ്ങൾക്കുശേഷം വിദ്യാധരൻ ബാത്ത്റൂമിലേക്കു കടന്നു. നിർഭയമായി തോർത്തുമുണ്ട് ചുറ്റി. ഡബിൾമുണ്ട് മടക്കി ബാത്ത്റൂമിന്റെ ഡോറിന്റെ മുകളിൽ തൂക്കുകയും ചെയ്തു. തുടർന്ന് ബാത്ത്റൂമിൽനിന്നും ജലം സമൃദ്ധമായി ഒഴുകുകയും സോപ്പിന്റെ ഹൃദ്യമായ പരിമളം കുമുകുമാ ഉയർന്നുകൊണ്ടിരിക്കുകയും ചെയ്തു.

അപ്പോഴാണ് ആപ്പീസ് സെക്രട്ടറി ഞെട്ടിയുണർന്നത്. അകത്തളത്തിൽനിന്ന് ഒരു അലമുറ. അല്ല, ഒരു ദീനരോദനം. കുള്ളനായ ആപ്പീസ് സെക്രട്ടറി കണ്ണട മൂക്കിൽ ഫിറ്റു ചെയ്ത്, അകത്തളത്തിലേയ്ക്ക് ഓടി. ഒരു കാർട്ടൂൺ ചിത്രം പോലെ സോമൻ നിന്നു വിറയ്ക്കുന്നു. ബാനറിൽ പൊതിയപ്പെട്ട സോമന്റെ കുമ്പ ചോദ്യഭാവേന എഴുന്നു നില്ക്കുന്നു. രോമരഹിതമായ നെഞ്ചിൽ കൈവച്ച് സോമൻ ആരോടെന്നില്ലാതെ ചോദിക്കുന്നു:

എന്റെ മുണ്ട് കണ്ടോ?

ആപ്പീസ് സെക്രട്ടറി വളരെ നിർലേപനായി പറഞ്ഞു:

ഇതിനാണോ മുക്രയിട്ടത്. ആ വിദ്യാധരൻ എടുത്തുകാണും. ഒരു കളസം ഇവിടെ കാണുന്നുണ്ടല്ലോ...

പ്രതികരണം കുറച്ചു കവിഞ്ഞതുതന്നെയായിരുന്നു. സോമൻ തന്റെ കുമ്പയ്ക്കുമേൽ ചുറ്റിയത് ചെറിയൊരു ബാനറാണെന്നോ, നേരം

പുലർന്നിരിക്കുന്നുവെന്നോ ഓർക്കാതെ കെട്ടിടത്തിന്റെ പുറകുവശത്തു ള്ള ബാത്ത്റൂമിനു നേരെ ഭൂമി കുലുക്കിക്കൊണ്ട് ഓടി. രോമരഹിതമായ നെഞ്ചും മാംസളമായ വയറും അതിദ്രുതം നിന്നു തുടിച്ചു. എത്രയോ നിറഞ്ഞ സദസ്സുകളിൽ അനായാസം പ്രഭാഷണങ്ങൾ നടത്തിയിട്ടുള്ള സോമൻ ക്രൂരമായ വാക്കുകൾക്കുവേണ്ടി ഉഴറി. പറയാനായത് ഇത്ര മാത്രം:

'വിദ്യാധരാ ഞാനിന്ന് എന്തുടുക്കും, എന്തു പണിയാണീ ചെയ്തുകള ഞ്ഞത്?'

ബാത്ത്റൂമിൽ നിന്നുള്ള പ്രതികരണം വളരെ തണുത്തതും അതീവ സാധാരണവുമായിരുന്നു:

'പാന്റ്സിട്ടോണ്ട് ഞാൻ എങ്ങനെ ഇതൊക്കെ നടത്തും. മുണ്ട് ഞാനിപ്പോൾ തരാം...'

സോമന്റെ തീപാറുന്ന കണ്ണുകൾ അവിടവിടെ എണ്ണ പറ്റി മഞ്ഞനിറം പൂണ്ട തന്റെ മുണ്ടിലായിരുന്നു. തന്റെ മുണ്ട് വലിച്ചെടുത്ത് ബാനർധാരി യായ സോമൻ അകത്തളത്തിലേക്കു കുമ്പയും കുലുക്കി കടന്നുപോയ പ്പോൾ വിദ്യാധരനാണ് നടുങ്ങിയത്. ആപ്പീസ് സെക്രട്ടറിയുടെ കൊച്ചുപു സ്തകം പോലെയുള്ള തോർത്തുമുണ്ടും ചുറ്റി താൻ എങ്ങനെ പുറത്തേക്കു കടക്കും! ഇത്തവണ ബാത്ത്റൂമിൽ നിന്നാണ് ദീനരോദനമുയർന്നത്.

ഏതായാലും ആപ്പീസ് സെക്രട്ടറിയുടെ സമയോചിതമായ ഇടപെ ടൽമൂലം ആ സംഭവം കൂടുതൽ വഷളാവാതെ കെട്ടടങ്ങുകയാണുണ്ടാ യത് എന്ന് രേഖപ്പെടുത്തിക്കൊണ്ട് ചരിത്രകാരൻ തൽക്കാലം വിട ചോദിച്ചുകൊള്ളുന്നു. ശുഭം.

അച്ഛൻ

വായന തുടരാനാവില്ല എന്ന് ഉറപ്പായപ്പോൾ അയാൾ പുസ്തകമടച്ചു വച്ചു. പിന്നെ വെറുതെ കുട്ടികളുടെ നേരെ കണ്ണുയച്ചുകൊണ്ടിരുന്നു. കുട്ടികൾ ടി.വിക്കു മുന്നിൽ എല്ലാം മറന്ന് ഇരിക്കുകയായിരുന്നു. അയാളുടെ മക്കൾക്കു പുറമെ വേറെയും കുട്ടികളുണ്ടായിരുന്നു. അവരൊക്കെ മക്കളുടെ പുതിയ കൂട്ടുകാരായിരുന്നു. ഒരാഴ്ചക്കകം അയാളും ആ കുട്ടികളുമായൊക്കെ ചങ്ങാത്തത്തിലായിരിക്കഴിഞ്ഞിരുന്നു. അടുത്ത ഫ്ളാറ്റുകളിലെ ആ കുട്ടികളെ പരിചയപ്പെടുത്തിയത് അയാളുടെ മക്കൾ തന്നെയായിരുന്നു. പത്തും നാലും വയസ്സുള്ള തന്റെ മക്കൾ കൂസലേതുമില്ലാതെ ഹിന്ദിയിൽ സംസാരിക്കുന്നതു കേൾക്കവെ, അയാൾ അതിശയപ്പെട്ടിരുന്നു. അയാൾ അവിടെ എത്തുന്നതിനും ഒരു മാസം മുമ്പ് എത്തിപ്പെട്ടവർ...

വായന തുടരാനാവാത്തതിൽ അയാൾക്ക് ഇച്ഛാഭംഗമുണ്ടായി. നാട്ടിൽനിന്നു യാത്ര പുറപ്പെടുമ്പോൾ ട്രെയിനിലിരുന്നു വായന തുടങ്ങിയ തടിച്ച പുസ്തകം... ഏതായാലും ടി.വി. ഓഫ് ചെയ്യാൻ പറഞ്ഞ് കുട്ടികളെ അലോസരപ്പെടുത്തേണ്ടതില്ലെന്ന് അയാൾ കരുതി. കുട്ടികൾ ഉല്ലസിച്ചുകൊള്ളട്ടെ... മധ്യവേനൽ അവധിയുടെ ആരംഭത്തിൽതന്നെ ഭാര്യയും കുട്ടികളും മഹാനഗരത്തിലെ താവളത്തിലെത്തിയത് വിശ്രാന്തി തേടിയാണല്ലോ എന്നും അയാൾ ഓർത്തു.

പുതിയ കൂട്ടുകാരോടൊത്ത് ആഹ്ലാദത്തിന്റെ ഭാവചലനങ്ങളുമായിരിക്കുന്ന മക്കളെ കണ്ണുകൾകൊണ്ട് ഒരിക്കൽകൂടി തലോടി അയാൾ മെല്ലെ ബാൽക്കണിയിലേക്കു നടന്നു. ടി.വിയിൽനിന്നുയരുന്ന ആരവങ്ങൾ സ്വൈരം കെടുത്തുന്നതായി അപ്പോൾ അയാൾക്ക് തോന്നിയതേയില്ല.

തെരുവിലേക്ക് മിഴി നട്ട് അയാൾ ബാൽക്കണിയിൽ ഏറെ നേരം

നിന്നു. തെരുവ് മധ്യാഹ്നത്തിന്റെ മയക്കംവിട്ട് ഉണരുന്നതേയുണ്ടായിരുന്നുള്ളൂ. എതിർദിശയിലുള്ള ഫ്ളാറ്റിൽനിന്ന് ഒരു മിനിസ്കർട്ടുകാരിയും രണ്ട് ആൺകുട്ടികളും ചടുലമായ കാൽവെപ്പുകളോടെ വിജനമായ റോഡിലേക്കിറങ്ങി വരുന്നത് അയാൾ കണ്ടു. പെൺകുട്ടിക്ക് പതിനാലോ പതിനഞ്ചോ വയസ്സ് കാണുമായിരിക്കാം....

അയാൾ വെറുതെ കണക്കുകൂട്ടി. എന്നാൽ അവൾക്ക് ഒരു ഒത്ത യുവതിയുടെ ശരീരവളർച്ചയും ഭാവപ്രകടനങ്ങളിൽ തികഞ്ഞ കുട്ടിത്തവുമായിരുന്നു. ആ കൊഴുത്ത ആൺകുട്ടികൾ അവളുടെ അനിയന്മാരായിരിക്കാം. തന്റെ ചെറിയ മകളുടെ ഭാഷയിൽ ഉണ്ടുറാവുമാർ... അയാൾ കൗതുകത്തോടെ അവരെത്തന്നെ ശ്രദ്ധിക്കുകയായിരുന്നു. നൊടിയിടയിൽ അവർ റോഡ് കളിക്കളമാക്കുകയും ക്രിക്കറ്റ് കളി ആരംഭിക്കുകയും ചെയ്തിരിക്കുന്നു.

അതിനിടയ്ക്ക് എപ്പോഴോ, അയാളുടെ കണ്ണുകൾ ആ മനുഷ്യനെയും കണ്ടെത്തി. റോഡിലേക്കു തലനീട്ടിയ പേരമരത്തിന്റെ നിഴലിൽ ആ മനുഷ്യൻ ഒരു ചോദ്യചിഹ്നം പോലെ വളഞ്ഞുകുത്തി നില്ക്കുകയായിരുന്നു. കാക്കി ഹാഫ് ട്രൗസറും ഫുൾസ്ലീവുള്ള മുഷിഞ്ഞ വെള്ളഷേർട്ടും ധരിച്ച കറുത്തു കിളരം കൂടിയ ഒരു മനുഷ്യക്കോലം... നാളുകൾക്കു മുമ്പ് ഒരു പ്രഭാതത്തിൽ അയാൾ ഫ്ളാറ്റിനു മുമ്പിൽ ടാക്സിയിറങ്ങിയപ്പോൾ ആ മനുഷ്യൻ ഇതേ വേഷത്തിൽ ഗ്രൗണ്ട് ഫ്ളോറിലെ കോണിപ്പടിയിൽ കുനിപ്പിടിച്ചിരുപ്പുണ്ടായിരുന്നു. ഇപ്പോൾ ആ മനുഷ്യൻ ഒരു പതിവു കാഴ്ച തന്നെ ആയിത്തീർന്നിരിക്കുന്നു.

ഒരു വൈകുന്നേരം അയാൾ ചെറിയ മകളെയുമെടുത്ത് ബാൽക്കണിയിൽ നിന്നു പുറംകാഴ്ചകൾ കാണുകയായിരുന്നു. അപ്പോൾ ആ മനുഷ്യൻ നിരത്തിലൂടെ നടന്നുവരുന്നുണ്ടായിരുന്നു. പൊടുന്നനെ മകൾ അയാളോടു പറഞ്ഞു- അച്ഛാ കടലാസ്സിൽ അപ്പിയിടുന്ന അപ്പൂപ്പൻ വരുന്നു...

അയാൾക്ക് ഒന്നും മനസ്സിലായിരുന്നില്ല. പിന്നെ അയാളുടെ ഭാര്യയാണ് എല്ലാം വിശദമാക്കിയത്. അത് ഒരു ഒറ്റപ്പെട്ടവന്റെ കരുണാർദ്രമായ കഥയായിരുന്നു....

നാത്തുറാം ഒരു പ്രസിദ്ധ കമ്പനിയിലെ പെയിന്ററായിരുന്നു. ഭാര്യയും ഒരേയൊരു മകനും മാത്രമുള്ള കുടുംബം. നാത്തുറാമിന്റെ എല്ലാമായിരുന്ന മകൻ, അച്ഛന്റെ വാത്സല്യത്തിൽ നീന്തിത്തുടിച്ചു; ആ കുടുംബം വർഷങ്ങളായി മൂന്നാം നിലയിലെ ഒരു ഫ്ളാറ്റിൽ വാടകയ്ക്കു താമസിക്കുകയായിരുന്നു. ഒരു ചെറിയ സന്തുഷ്ട കുടുംബം....

പറഞ്ഞുകൊണ്ടിരിക്കെ ഭാര്യയുടെ തൊണ്ടയിടറുന്നുണ്ടായിരുന്നു. അയാൾ തെല്ല നീരസപ്പെട്ടു- ഇങ്ങനെ സെന്റിമെന്റലായാലോ. എന്നിട്ട് നാത്തുറാമിന് എന്തുപറ്റി...?

കമ്പനിയിൽനിന്ന് പെൻഷൻ പറ്റിയപ്പോൾ നാത്തുറാമിന് സാമാന്യം വലിയ ഒരു തുക ലഭിച്ചു. അങ്ങനെയാണ് ആ കുടുംബം വാടകയ്ക്കു താമസിച്ചിരുന്ന ഫ്ളാറ്റ് സ്വന്തമാക്കിയത്. ഫ്ളാറ്റ് ഓമന മകന്റെ പേരിൽതന്നെയാവണമെന്ന് നാത്തുറാമിന് നിർബന്ധമുണ്ടായിരുന്നു. മകന് നാത്തുറാമിന്റെ കമ്പനിയിൽതന്നെ ജോലിയും കിട്ടിയിരുന്നു. ആയിടയ്ക്ക് നാത്തുറാമിന്റെ ഭാര്യ പൊടുന്നനെ മരിച്ചു. വാർധക്യവും ഭാര്യയുടെ മരണവും നാത്തുറാമിനെ വല്ലാതെ ഉലച്ചു. നാത്തുറാമിന്റെ മകൻ അപ്പോൾ മഹാനഗരത്തിന്റെ ചതിക്കുഴികളിൽ മുങ്ങിത്തുടിക്കുകയായിരുന്നു. അച്ഛൻ മകന് ഒരു ഭാരമായിത്തുടങ്ങിയിരുന്നു. പിന്നെ എല്ലാ രാത്രികളിലും ആ ഫ്ളാറ്റിൽനിന്ന് കേട്ടത് അശരണതയുടെ ദീന വിലാപമായിരുന്നു. വഴിതെറ്റിയ യൗവനക്കുതിപ്പിന്റെ ആക്രോശങ്ങളും വെല്ലുവിളികളുമായിരുന്നു... ഒടുവിൽ നാത്തുറാമിന്റെ മകൻ ആ ഫ്ളാറ്റ് ആർക്കോ കൈമാറുകയും മഹാനഗരത്തിന്റെ ഏതോ ഒരു കോണിൽ പുതിയ പാർപ്പിടവും പുതിയ പെണ്ണുമായി പുതിയ ജീവിതം തുടങ്ങുകയും...

അതോടെ നാത്തുറാം തീർത്തും അശരണനായി. പകൽ മുഴുവൻ എവിടെയെങ്കിലും അലഞ്ഞുതിരിയുന്നു. ആരെങ്കിലും വല്ല ഭക്ഷണവും കൊടുക്കുന്നു. ചില്ലറ പണം കൊടുക്കുന്നു... മഹാനഗരത്തിൽ പക്ഷേ കേറിക്കിടക്കാൻ ഒരിടം എവിടെ കിട്ടാനാണ്! ഒരിക്കൽ തന്റേതായിരുന്ന ഫ്ളാറ്റിന് മുന്നിലെ കോറിഡോറിൽ ഒരവകാശം പോലെ രാത്രിയിൽ വന്നു കിടക്കുന്നു. ഭീഷണികളും സാന്ത്വനങ്ങളും ഏശാത്ത മനസ്സിന്റെ ഉടമ. ആരോടും പണം ചോദിക്കും. കിട്ടിയ കാശിനു മദ്യപിക്കും. കടലാസുവിരിച്ച് മലവിസർജനം നടത്തി പൊതിയാക്കി വേസ്റ്റ് ബാസ്ക്കറ്റിൽ നിക്ഷേപിക്കും... ഫ്ളാറ്റ് നിവാസികളുടെ ശാപവും ഭർത്സനങ്ങളും ഏറ്റുവാങ്ങി....

ഭാര്യയുടെ കണ്ണുകൾ നനയുന്നതുകാൺകെ അയാൾ മൗനിയായി. ഭാര്യ പിന്നെയും പറഞ്ഞുകൊണ്ടിരുന്നു- എന്റെ എം.എ. പരീക്ഷയുടെ കാലത്ത് ടെറസിൽ ചെന്നിരുന്നു പഠിക്കുമ്പോൾ കുസൃതിപ്പിള്ളേരുടെ ശല്യമില്ലാതിരിക്കാൻ നാത്തുറാം കാവൽ നില്ക്കുമായിരുന്നു... പാവം നാത്തുറാമിന് കുറച്ചു കാശുകൊടുക്കണം. കള്ളുകുടിച്ചുകളയുമായിരിക്കും... ആവട്ടെ. എത്രകാശ് എങ്ങനെയെല്ലാം ചെലവാക്കുന്നു...

തെരുവിൽ സായാഹ്നം അലിഞ്ഞുതീരുകയായിരുന്നു. നാത്തുറാം

ഇരുട്ടിന്റെ ഒരു കീറുപോലെ അവിടെത്തന്നെ നില്ക്കുന്നത് അയാൾ കാണുന്നുണ്ടായിരുന്നു...

പൊടുന്നനെ അയാളുടെ ചെറിയ മകൾ ഓടിവന്ന് അയാളെ ചുറ്റിപ്പിടിച്ചു. പിന്നെ അവൾ കൊഞ്ചാൻ തുടങ്ങി-അച്ഛാ എന്നെ ഒന്നു എടുക്കോ.... എന്തച്ഛാ...

അയാൾ ഒന്നുമുരിയാടാനാവാതെ മകളെ വാരിയെടുത്തു. മകൾ പിന്നെയും ചോദിക്കുന്നതു കേൾക്കായി- അച്ഛാ.... ഞാൻ അച്ഛന് ഒരുമ്മ തരട്ടെ....

മകളുടെ ചുംബനങ്ങൾ ഏറ്റുവാങ്ങുമ്പോൾ, നാത്തുറാം എന്ന ഗതികെട്ട അച്ഛൻ, ഒരു ദീനവിലാപമായി അയാളുടെ മനസ്സിലേക്ക് ഇഴഞ്ഞെത്തുന്നുണ്ടായിരുന്നു. ഒരിക്കൽ നാത്തുറാമും വാത്സല്യനിധിയായ ഒരച്ഛനായിരുന്നുവല്ലോ....

ആരുടെയോ മണവാട്ടി

ആമിന ഞെട്ടിയുണർന്നു.

-റബ്ബേ അസർബാങ്ക് വിളിയല്ലേ കേൾക്കുന്നത്. മൈക്കിലൂടെ പരുക്കൻ ശബ്ദത്തിൽ കേൾക്കായ ബാങ്കുവിളിയിൽ ഒരുനിമിഷം മനസ്സുതങ്ങി. പിന്നെ അവൾ കട്ടിലിൽ എഴുന്നേറ്റിരുന്നു. തളർന്ന മിഴികളുയർത്തി നാലുപാടും നോക്കി.

അത്തറിന്റെയും വിയർപ്പിന്റെയും മണം ഇപ്പോഴും മൂക്കത്തടിക്കുന്നു. പക്ഷേ അറബി എവിടെ? എപ്പോഴാണ് മൂപ്പർ കട്ടിലിൽനിന്ന് എഴുന്നേറ്റു പോയത്.

ആമിനയുടെ കണ്ണുകൾ വാതിൽക്കലേക്ക് ഇഴഞ്ഞുനീങ്ങി. ഓ ദല്ലാലിയും കൂട്ടരുമൊത്ത് എവിടേക്കോ പോയതാവും. പതിവുപോലെ വാതിൽ പുറത്തുനിന്നു പൂട്ടി....

മൂപ്പർക്കു സ്ഥലം വിടാൻ സമയമായല്ലോ. ഇനി രണ്ടു ദിവസം കൂടിയല്ലേയുള്ളു.

അതിനിടയ്ക്ക് തിരക്കിട്ട എന്തെല്ലാം പരിപാടികൾ ഉണ്ടാവും.

ഏറെനേരം ഉറങ്ങിപ്പോയി. എപ്പോഴാണ് അവൾ ഉറക്കത്തിലേക്ക് വഴുതിവീണുപോയത്.

ഉച്ചയ്ക്ക് നെയ്ച്ചോറും കോഴി പൊരിച്ചതും മൂക്കറ്റം തിന്നേണ്ടിവന്നു. അറബി പിന്നെയും പിന്നെയും തീറ്റിക്കുകയായിരുന്നു. മൂപ്പരുടെ മട്ടും മാതിരിയും അങ്ങനെയാണ്. എന്തിനും ഏതിനും വെപ്രാളപ്പെടുന്നതു പോലെ. ആർത്തിപിടിച്ചതുപോലെ അറബി വാരിവലിച്ച് തിന്നുന്നതു നോക്കി ആമിന അത്ഭുതം കൂറിയിരിക്കുമ്പോൾ കേട്ടു:

'ആമിനാ ബയ്ക്ക്... ബയ്ക്ക്....'

മൂപ്പരുടെ മലയാളം അവിടെ അവസാനിച്ചു. പിന്നെ എന്തെല്ലാമോ

പറഞ്ഞത് അറബിയിലായിരുന്നു. ചോറു കഴിഞ്ഞ ഉടനെ ആപ്പിളും പേനക്കത്തിയുമെടുത്ത് മൂപ്പർ വിളിച്ചു:

'ആമിനാ...'

ആപ്പിൾ മുറിക്കാനാണെന്നു മനസ്സിലായി. അറബി എന്തു പറഞ്ഞാലും ആമിനക്ക് മനസ്സിലാവുന്നുണ്ട്. ഈ പതിമൂന്നു ദിവസം കൊണ്ട്. മൂപ്പര് പറയുന്നതെല്ലാം അവൾ അനുസരിക്കുന്നുണ്ടല്ലോ.

നാലുദിവസം മുമ്പ് അറബിയോടൊപ്പം മുറിയിൽ വന്ന ദല്ലാലി സെയ്താലിക്ക ഇളിച്ചുകൊണ്ട് പറഞ്ഞത് അവൾ ഓർത്തു:

'ആമിനാ അറബിക്ക് അന്നെ പെരുത്തു പിടിച്ച്ക്ക്ണ്...

മൂപ്പരെ ഇസ്റ്റം നോക്കി നിന്നോ. ആമിനാനെ മൂപ്പര് അക്കരെ കടത്തും. അന്റെ ഇക്കയോട് പാസ്പോർട്ടിന് എഴ്തി കൊടുക്കാൻ പറഞ്ഞിട്ടുണ്ട്. അടുത്ത വരവിന് അനക്ക് പോവാലോ....'

ആമിന ആപ്പിൾ മുറിച്ചുകൊണ്ടിരുന്നപ്പോൾ അറബി നീളൻ കുപ്പായം അഴിച്ചുവെക്കുകയായിരുന്നു. പിന്നെ ഒരു സിഗരറ്റിനു തീകൊളുത്തി അവളെ നോക്കി ഇരുന്നു. മൂപ്പരുടെ കത്തുന്ന നോട്ടമേല്ക്കുമ്പോൾ അവളുടെ തല താനേ താഴ്ന്നുപോവും. ആപ്പിൾ കഷണങ്ങൾ പ്ലേറ്റിൽ വച്ച് അടുത്തേക്ക് ചെന്നപ്പോൾ മൂപ്പർ അറബിയിൽ എന്തോ മുരണ്ടുകൊണ്ടിരുന്നു. ആമിന... ആമിന.... എന്നു മാത്രം അവൾക്ക് മനസ്സിലായി. പിന്നെ ആ കണ്ണുകളിലെ തിളക്കത്തിന്റെ പൊരുളും അവൾ അറിഞ്ഞു.

കട്ടിലിൽ കയറി കിടന്നത് ഓർമ്മയുണ്ട്. പിന്നെ എപ്പോഴാണ് ആമിന ഉറങ്ങിപ്പോയത്? മൂപ്പര് എഴുന്നേറ്റുപോയത്?

ലോഡ്ജിലെ ഈ അടച്ചിട്ട മുറിക്കുള്ളിൽ പതിമൂന്നു ദിവസമായി അവൾക്ക് മറ്റൊന്നും ചെയ്യാനില്ല. രാത്രിയും പകലും.

രാത്രിയിൽ അറബി ആളാകെ മാറും. അപ്പോൾ മൂപ്പരെ ഒരു വല്ലാത്ത മണമാണ്. ഒരു ഇഞ്ചി മണം. അതെന്താണെന്ന് അറിയാൻ അവൾക്ക് കൊതിയുണ്ട്. ആംഗ്യംകൊണ്ട് പക്ഷേ എങ്ങനെ ചോദിക്കും. ഏതായാലും അത്തറും സെന്റുമൊന്നുമല്ലെന്ന് അവൾക്കറിയാം. വായക്കും ശ്വാസത്തിനുപോലും ഈ ഇഞ്ചിമണമുണ്ടാവാറുണ്ടല്ലോ.

എന്തോ റബ്ബിനറിയാം....

ചിലപ്പോൾ ഉറങ്ങാതിരിക്കാനുള്ള മരുന്നുവല്ലതുമാവും. രാത്രിയിൽ മൂപ്പർക്ക് ഉറക്കമില്ല. ബാക്കിയുള്ളോരെ ഉറങ്ങാനും സമ്മതിക്കില്ല. ഉറക്കം ആമിനയുടെ കൺപോളകളിൽ വന്നു മുത്തമിടാൻ തുടങ്ങുമ്പോഴേയ്ക്കും അറബിയുടെ മുരൾച്ച: ആമിനാ... ആമിനാ...

കാനോത്ത് കഴിഞ്ഞതിന്റെ അഞ്ചാം ദിവസം ഇക്കയും ഉമ്മയും കദീസു അമ്മായിയും കൂടി മുറിയിൽ വന്നത് ആമിന ഓർത്തു. ഉമ്മയുടെ ബേജാറ് കാണേണ്ടതായിരുന്നു. കുളിമുറിയിലേക്കു വിളിച്ചുകൊണ്ടു [illegible] ചോദിച്ചു:

'മോക്ക് ബെസമമൊന്നുംല്ല്യാല്ലോ. അറബി നല്ല മനിസനല്ലേ? പെരുത്തു നല്ല ആളാണെന്നാ ദെല്ലാലി സെയ്താലി പറഞ്ഞത്...'

ഒടുവിൽ ആമിനക്ക് ഉമ്മയെ ആശ്വസിപ്പിക്കേണ്ടിവന്നു. രണ്ടു പ്രാവശ്യം അറബിക്കു വാണ കദീസു അമ്മായിയോടാണ് പാത്തും പതുങ്ങിയും ആ ഇഞ്ചിമണത്തിന്റെ കാര്യം അവൾ ചോദിച്ചത്. കേട്ടപാടെ അമ്മായി ചിരിച്ചു:

'എടീ മോളേ അത് വയസ്സനു ഉസാറു കൂട്ടാനുള്ള മരുന്നാ. അനക്കും ലേസം തെരാൻ പറയേണ്ടി....'

അതാണ് കദീസു അമ്മായിയുടെ തരം. ചോദിക്കേണ്ടിയിരുന്നില്ലെന്നു തോന്നി. അവർക്ക് എല്ലാം പുല്ലാണ്. രണ്ടു തവണ അറബി കെട്ടി. രണ്ടും മൊഴി ചൊല്ലി. രണ്ടു കെട്ടിലും ഈ രണ്ടു കുട്ടികളുണ്ട്. പിന്നെയാണ് കല്ലായിയിലെ ഒരു ഹോട്ടൽ പണിക്കാരൻ കെട്ടിയത്. അതിലും ഒരു കുട്ടിയുണ്ട്. കദീസു അമ്മായി അവളെ കിള്ളിക്കൊണ്ട് ശബ്ദം താഴ്ത്തി ചോദിച്ചു:

'ആമിനാ... അറബി എങ്ങനുണ്ട്. ബല്യ അകൃതക്കാരനൊന്നും അല്ലല്ലോ. ഇന്റെ ആദ്യത്തെ അറബി ഒരു വല്ലാത്ത പഹയനായിരുന്നു. പിന്നെ ഒരു കാര്യണ്ട്.... അറബിക്ക് വാണ പെണ്ണുങ്ങളെ മലബാറി കെട്ടിയാ സരിയാവൂല. ഇന്റെ സിതി ഇനിക്കറിയാലോ....'

ആമിനയുടെ കൈക്കു കിള്ളി കദീസു അമ്മായി പിന്നെയും അമർത്തി ചിരിച്ചു. ചിലരൊക്കെ പറയാറുള്ളതുപോലെ ഈ അമ്മായി വല്ലാത്തൊരു പടപ്പുതന്നെ; ആമിന ഓർത്തു.

ഇക്ക മാത്രം അന്ന് ഒന്നുമുരിയാടിയില്ല... മുറിയിൽ കടന്ന ഉടനെ ഒന്നു നോക്കി മുഖം താഴ്ത്തുകയാണുണ്ടായത്. ഈ നിക്കാഹ് ഉറപ്പിച്ചതിനുശേഷം ഇക്കയൊന്ന് ചിരിച്ചു കണ്ടിട്ടില്ലല്ലോ. പാവം ഇക്ക.

ഒരു മോന്തിക്ക് ഇക്ക ദല്ലാലിയുമായി സംസാരിക്കുന്നത് ആമിന ചായിപ്പിൽനിന്നു കേട്ടിരുന്നു.

'ആയിരം ഉറുപ്യ മെഹറു തരുന്നോണ്ടല്ല ഞമ്മളെ പെങ്ങളെ അറബിക്കു കെട്ടിച്ചുകൊടുക്കുന്നത്. വേറൊരു വയ്യുംല്ലാഞ്ഞിട്ടാണ്. വാപ്പ ഞമ്മളെ ചെറുപ്പത്തിൽതന്നെ മരിച്ചു. പെങ്ങക്ക് പത്തിരുപത്

വയസ്സായി. ഓളെ പ്രായക്കാർക്ക് രണ്ടും മൂന്നും കുട്ട്യോളായി. അബ്ദു ല്ലാമോഫിക്ക് പത്താറുപത് വയസ്സായെങ്കിലും നല്ല മനിസനാണോ സെയ്ത്താലിക്ക...?

അതെന്താ ഉമ്മറെ യ്യ് അങ്ങനെ പറേണത്. അന്റെ എല്ലാ സിതീം ഞമ്മക്കറിഞ്ഞൂടേ. ഓളെ ഞമ്മള് ഏതെങ്കിലും കാട്ടറബിക്ക് പിടിച്ചുകൊ ടുക്കാൻ പറ്റ്വോ? ഒന്നൂല്ലെങ്കില് ഓള് ഒരു മൊഞ്ചത്തിക്കുട്ട്യല്ലേ....

ആമിന പിന്നെയും കിടക്കയിലേക്കു ചാഞ്ഞു. വയ്യ. എന്തൊരു ക്ഷീണം. ശരീരമാകെ നുറുങ്ങിയതുപോലെ. കറങ്ങുന്ന ഫാനിലേക്ക് മിഴിനട്ട് വെറുതെ മലർന്നു കിടന്നു...

രണ്ടുദിവസം കൂടി കഴിഞ്ഞാൽ ആമിന പയ്യാനക്കലുള്ള കൊച്ചുകു രയിലായിരിക്കും. അറബി ബോംബെയിൽ. പിന്നെ സൗദി അറേബ്യ യിൽ....

ഇപ്പോൾ അവൾക്ക് നിത്യവും നെയ്ച്ചോറും ബിരിയാണിയുമുണ്ട്. വിലപിടിച്ച സാരികളുണ്ട്. വാച്ചും ചെരിപ്പുമുണ്ട്. അത്തറും സുറുമയുമുണ്ട്. അബ്ദുല്ലാമോഫി എന്ന അറുപതുകാരൻ അറബിയുടെ ഇരുപതുകാരി യായ ബീടരാണവൾ...

അറബി, നാട്ടിലെ ഭാര്യയും മക്കളും പേരക്കുട്ടികളുമൊത്തു കഴി യുമ്പോൾ ആമിനയെ ഓർക്കുമോ? കത്തും പണവും അയക്കുമോ? അബ്ദുല്ലാമോഫി ഇനിയുമൊരിക്കൽ ഈ പയ്യാനക്കൽകാരിയെ തേടി ഇവിടെ വരുമോ? അറിഞ്ഞുകൂടാ. ഒരുപക്ഷേ കദീസു അമ്മായിയെ പ്പോലെ...

പൊട്ടന്നനെ ആമിനയുടെ ചിന്തകൾ നിലച്ചു. മുറിയിൽ ടെലഫോൺ ബെല്ലടിക്കുന്നു. തിടുക്കപ്പെട്ട് അവൾ കട്ടിലിൽനിന്ന് എഴുന്നേറ്റു. അവളാകെ പരിഭ്രമിച്ചു. ഇതുവരെയും ഫോണിലൂടെ സംസാരിച്ചിട്ടില്ല; അറബി സംസാരിക്കുന്നതു കണ്ടുനിന്നിട്ടുള്ളതല്ലാതെ.

-റബ്ബേ ഇതാരായിരിക്കും?

വിറയ്ക്കുന്ന കൈകളോടെ ആമിന റിസീവർ എടുത്തു ചെവിയോടു ചേർത്തുവച്ചപ്പോൾ കേൾക്കായി:

'ഹലോ റൂം നമ്പർ ഇരുപതല്ലേ?'

'ഞമ്മക്കറിയൂലല്ലോ ആരാ വിളിക്കുന്നത്?'

'അബ്ദുല്ലാമോഫിയുടെ മുറിയല്ലേ?'

'ങ്ഹാ'

‘പേടിക്കൊന്നും വേണ്ട. ഇതു ലോഡ്ജിന്റെ മാനേജരാണ്. അറബി വാതില്ല പൂട്ടി പുറത്തുപോയതല്ലേ. മുറിയിലുള്ള ആള് ജീവിച്ചിരിപ്പുണ്ടോന്ന് നോക്കിയതാ...’

പിന്നെ മുഴങ്ങുന്ന ഒരു ചിരിയാണ് അവൾ കേട്ടത്. ആമിനയുടെ പരിഭ്രമം തെല്ലൊന്നടങ്ങി.

‘കുട്ടി അവിടെ ഒറ്റക്കിരുന്നു എന്തു ചെയ്യാണ്?’

കുട്ടിയോ! അവൾക്കു കൗതുകം തോന്നി; തെല്ല കുസൃതിയും.

‘അല്ല പുതുപ്പെണ്ണിന്റെ പേരുപറഞ്ഞില്ലല്ലോ.’

‘ഇങ്ങള് ചോദിച്ചില്ലല്ലോ.’

‘അതു ശരിയാ. എന്താ പേര്?’

‘ആമിന.’

‘നല്ല പേര്. ആളെപ്പോലെതന്നെ.’

പൊടുന്നനെ അവളുടെ നാക്കറ്റു. ആ ദല്ലാലിയെപ്പോലെ ഒരു ബെടക്ക് മനുഷ്യനായിരിക്കുമോ ഈ മാനേജരും...

‘അല്ല എന്താ മിണ്ടാത്തത്. തമാശ പറഞ്ഞതാ കേട്ടോ. ആമിനക്ക് ഈ നിക്കാഹ് ഇഷ്ടമായിരുന്നോ കുട്ടീ.’

‘അതൊന്നും ചോദിക്കണ്ട മാനേശരേ... ഞമ്മളെ വിധിയാണെന്നു കൂട്ടിക്കോളീ.’

തെല്ലിട വർത്തമാനം മുറിഞ്ഞു. അവൾക്ക് എന്തുകൊണ്ടോ സംസാരം തുടരണമെന്നുണ്ടായിരുന്നു. അപ്പോഴാണ് ഫോണിലൂടെ കേട്ടത്.

‘ഫോൺ വച്ചോളൂ. കുട്ടിയുടെ ആള് കോണി കയറി വരുന്നുണ്ട്...’

ആമിന തിടുക്കത്തിൽ ടെലിഫോൺ വച്ചു. ഉള്ളിൽ എന്തെന്നില്ലാതെ പരിഭ്രമം തിരയടിച്ചു. വാതിൽ തുറക്കുന്ന ശബ്ദം കേൾക്കവേ അവൾ ബാത്ത്റൂമിലേക്കു കയറി.

അറബിയുടെ കനത്ത കാൽവെപ്പുകൾ തന്റെ നെഞ്ചിലൂടെയാണെന്ന് അവൾക്കു തോന്നി.

അണ്ടിപ്പരിപ്പും നേതാവും

ബസ്സിൽനിന്നിറങ്ങി, ഉറക്കച്ചടവുള്ള കണ്ണുകൾ തുടച്ച്, കണ്ണട മൂക്കിൽ പ്രതിഷ്ഠിച്ച്, വയറു വീർത്ത തുകൽബാഗ് എടുത്ത് അദ്ദേഹം തയാറായി നിന്നു.

മുട്ടിലും കവിഞ്ഞുനില്ക്കുന്ന തൂവെള്ള ഖദർജൂബ്ബയിൽ ഏതോ കളങ്കം പോലെ പറ്റിപ്പിടിച്ചിരിക്കുന്ന അഴുക്കും പൊടിയും തട്ടിക്കളയാൻ നോക്കി. പിന്നെ സഹയാത്രികരെ നോക്കി തെല്ല പിശുക്കോടെ പുഞ്ചിരിതൂകി. അദ്ദേഹം യാത്ര ചോദിക്കുകയാണ്. എന്തിനും അന്തസ്സും ആഭിജാത്യവും പുലർത്തുന്ന അഥവാ വ്യത്യസ്തത പുലർത്തുന്ന അദ്ദേഹം സവിശേഷരീതിയിൽ യാത്ര ചോദിക്കുകയാണ്.

ഏതാനും മണിക്കൂറുകൾ കൊണ്ടല്ലേ അദ്ദേഹം ഏതെല്ലാമോ സ്ഥലങ്ങളിലുള്ള ആ സഹയാത്രികരുടെ മനസ്സുകളിൽ കയറിപ്പറ്റിയത്! നോക്കിലും വാക്കിലും എന്തിന് ഓരോ ചലനത്തിലും താനാരാണെന്ന് അവരെയൊക്കെ ബോധ്യപ്പെടുത്തിക്കഴിഞ്ഞിരുന്നു അദ്ദേഹം. ആരാധനയോടെ അവരിലാരോ ആ നാമധേയം പലവട്ടം ഉരുവിടുകപോലുമുണ്ടായി.

-കെ എ പി ടി നായർ.

മുഖ്യമന്ത്രിയുമൊന്നിച്ചുള്ള അദ്ദേഹത്തിന്റെ പടം ഈയിടെ പത്രങ്ങളിൽ വന്നത്, ഒരാൾ എടുത്തുപറയവേ, അദ്ദേഹത്തിന്റെ അതൊരു വലിയ കാര്യമോ എന്ന ഭാവേനയുള്ള ആ ചിരി കാണേണ്ടതുതന്നെയായിരുന്നു.

തലസ്ഥാനനഗരിയിൽ നിന്നു വരുന്ന എക്സ്പ്രസ് മെല്ലെ മെല്ലെ കിതപ്പടക്കി നിന്നു. സഹയാത്രികർക്ക് ഒരിക്കൽക്കൂടി മുഖം കൊടുത്ത് ഔദാര്യം പോലെ ഒരു പുഞ്ചിരികൂടി എറിഞ്ഞ്, തലയെടുപ്പോടെ പ്ലാറ്റ്ഫോമിലേക്കിറങ്ങിയ കെ എ പി ടി നായരെ സ്വാഗതം ചെയ്തത്

വിനീതമധുരതരളമായ ഒരു ശബ്ദമാണ്.

'സാർ.'

അദ്ദേഹത്തിന്റെ വശ്യവും ഗംഭീരവുമായ പ്രതിവചനം ഇപ്രകാരമായിരുന്നു.

'ഈ പുലർച്ചയ്ക്ക് ശ്രീധരൻ ഇവിടെ?'

'ഇന്നലെ കമ്മിറ്റിയുണ്ടായിരുന്നു. അപ്പോ ആപ്പീസിൽതന്നെ കിടന്നു. സാറു എക്സ്പ്രസ്സിനു വരുമെന്നറിഞ്ഞപ്പോൾ...'

ആ തരളമായ സ്വരം അപൂർണ്ണമായി കലാശിച്ചു.

'ശ്രീധരാ എനിക്കു ലാട്ടിനിലൊന്നു പോകണം. ഇവിടെയൊന്നും നീറ്റ്നസ് ഉണ്ടാവില്ല. നമുക്കൊരു ടാക്സിപിടിച്ച് ആപ്പീസിലേക്കു പോവാം.'

ശ്രീധരൻ ടാക്സി പിടിക്കുവാൻ ഓടി.

ടാക്സി നീങ്ങവേ ശ്രീധരൻ ഉദ്വേഗത്തോടെ പലവട്ടം അദ്ദേഹത്തിന്റെ മുഖത്തേക്കുറ്റുനോക്കി. പക്ഷേ അക്ഷമ അദ്ദേഹത്തിന് ഹിതകരമാവില്ലെന്ന് കരുതി അടങ്ങിയിരുന്നു. മാത്രവുമല്ല അദ്ദേഹം മറ്റൊരു പ്രശ്നത്തിന്റെ വീർപ്പുമുട്ടലിലുമല്ലേ. ശ്രീധരൻ ഔചിത്യമുള്ള ഒരനുയായിയുമാണല്ലോ.....

ഓ... സി എം എന്നെ കണ്ടപാടെ കെട്ടിപ്പിടിച്ചു. നിർബന്ധിച്ച് വീട്ടിലേക്ക് കൊണ്ടുപോയി. ചെന്ന ഉടനെ അണ്ടിപ്പരിപ്പ്, കാപ്പി... ഞാൻ പറഞ്ഞില്ലേ കോലാഹലം എന്തിനേറെ സി.എമ്മിന്റെ പതിവു ക്ഷേത്രദർശനം പോലും മാറ്റിവച്ചു....

സി എം നമ്മുടെ യൂണിയനെപ്പറ്റി പ്രത്യേകം അന്വേഷിച്ചു. ഭൂരിപക്ഷം അധ്യാപകർ നമ്മുടെ കൂടെയില്ലാത്തതിൽ വിമർശിക്കുകയും ചെയ്തു കേട്ടോ. എന്നോടുള്ള സ്വാതന്ത്ര്യം വച്ചാണേ...

അക്ഷമ പൂണ്ട ശ്രീധരൻ ഒടുവിൽ ചോദിച്ചുപോയി.

സാർ സരസ്വതിയുടെ പ്രശ്നം....

ഓ സ്പെഷൽ ഓർഡർ തന്നെ പുറപ്പെടുവിക്കാമെന്ന് സി എം പറഞ്ഞു. അങ്ങനെ വരുമ്പോൾ നമ്മുടെ യൂണിയനിലില്ലാത്തവർക്കും ഗുണം ലഭിക്കുമെന്ന പ്രശ്നമുണ്ട്. ഏതായാലും തന്റെ ഭാര്യയുടെ കാര്യമല്ലേ...

അദ്ദേഹം പുഞ്ചിരി തൂകി.

ടാക്സി ഇറങ്ങിയ ഉടനെ കെ എ പി ടി നായർ, മങ്ങിയ വെളിച്ചത്തിൽ തലയുയർത്തി നില്ക്കുന്ന യൂണിയൻ ആപ്പീസിലേക്ക് തിടുക്കത്തിൽ

നടന്നു. ചുവപ്പൻ അധ്യാപകരെ തുരത്തി, തന്റെ നേതൃത്വത്തിൽ പിടിച്ചുപറ്റിയ ആപ്പീസ്... അദ്ദേഹം അഭിമാനത്തോടെ കാലുകൾ നീട്ടിവച്ചു.

ശ്രീധരൻ ടാക്സിയിൽ നിന്നിറങ്ങി ഒരുനിമിഷം പകച്ചുനിന്നുപോയി, പിന്നെ പോക്കറ്റിൽ കൈയിട്ടു. ടാക്സി മുരണ്ടുകൊണ്ട് നീങ്ങുന്നത് പരിക്ഷീണനായി നോക്കി തെല്ലിട നിന്നു.

ശ്രീധരൻ പതിയെ മുറിയിലേക്ക് കടന്നപ്പോൾ അദ്ദേഹം ബാഗ് മേശപ്പുറത്ത് വയ്ക്കുന്നു. പൊടുന്നനെ ഒരു നീണ്ട വളി.... തുടർന്ന് അദ്ദേഹം പറഞ്ഞു:

'ഇനി ലാട്ടിനിൽ പോകുന്നത് വെറുതെ. ട്രെയിനിലെ ഭക്ഷണം വയറു കേടുവരുത്തി....'

ശ്രീധരൻ ഒന്നുമുരിയാടാതെ ജാള്യത്തോടെ നിന്നു തലയാട്ടി.

സി എം മെമ്മോറാണ്ടം വാങ്ങിക്കൊണ്ട് പറഞ്ഞതെന്താണെന്നോ... ഇതൊരു ഫോർമാലിറ്റി. കാര്യം കെ എ പി ടി പറഞ്ഞാൽ തന്നെ മതി...

അദ്ദേഹം നീളൻ ജൂബ്ബയുടെ പോക്കറ്റിൽ കൈയിട്ട് എന്തെല്ലാമോ മേശപ്പുറത്ത് വയ്ക്കുന്നു. സിഗററ്റ് പാക്കറ്റ്, ഫോറിൻ ലൈറ്റർ, ഒരു നീളൻ കടലാസ് ചുരുൾ....!

ശ്രീധരന്റെ കണ്ണുകൾ പൊടുന്നനെ ആ കടലാസുചുരുളിൽ തറച്ചു നിന്നു. സ്വന്തം കൈപ്പട തെളിഞ്ഞു കാണായ ആ കടലാസു ചുരുൾ എന്തെന്ന് ശ്രീധരനു വ്യക്തമായി. വെളുപ്പാൻ കാലത്തെ തണുപ്പിലും ശരീരത്തിൽ വിയർപ്പു പൊടിയുന്നത് ആ പാവം അധ്യാപകൻ, കെ എ പി ടി നായരുടെ വിനീതനായ അനുയായി അറിഞ്ഞു.

നക്ഷത്രവിളക്കുകൾ

ട്രെയിനിൽ നിന്നിറങ്ങുമ്പോൾ സുധാകരന് നന്നേ ക്ഷീണം തോന്നി. ആറുമണിക്കൂറോളമുള്ള ഈ ട്രെയിൻയാത്ര അയാൾക്ക് എല്ലാ ശനിയാഴ്ചകളിലേയും ഒരു അഭ്യാസമാണ്. ഏതാണ്ട് മൂന്ന് വർഷം കഴിഞ്ഞിട്ടും വാരം തോറുമുള്ള ഈ അഭ്യാസം സുധാകരന്റെ ശരീരസ്ഥിതിക്ക് വഴങ്ങിയിട്ടില്ല. അയാളുടെ മനസ്സ് പക്ഷേ ശനിയാഴ്ചയാവാൻ കാത്തിരിക്കുകയാവും.

ശനിയാഴ്ച ഉച്ചതിരിയുമ്പോഴേക്കും സുധാകരന് ആകെ ഒരു വെപ്രാളമാണ്. ഓഫീസിലെ സഹപ്രവർത്തകർക്ക് അതൊരു തമാശയും. അന്നേദിവസം ഉച്ചയ്ക്കുശേഷം സുധാകരനെ തേടിവരുന്ന ഫോൺകോളുകൾ, സന്ദർശകർ, സുഹൃത്തുക്കൾ എല്ലാം അയാളുടെ ടെൻഷൻ വർദ്ധിപ്പിക്കുകയേയുള്ളൂ. യാത്ര പുറപ്പെടുന്നതിനുമുൻപ് ഒന്നുരണ്ടുതവണ ലാട്രിനിൽ പോവേണ്ടിവരും.

ഒടുവിൽ റെയിൽവേസ്റ്റേഷനിൽ എത്തി, ടിക്കറ്റെടുത്ത് പ്ലാറ്റ്ഫോമിലെ ആളൊഴിഞ്ഞ മൂലയിൽ ഒരു ഇരിപ്പിടം കണ്ടെത്തുമ്പോഴേ സ്വസ്ഥനാവൂ. ആ സ്വസ്ഥത പോലും പലപ്പോഴും ക്ഷണികമായിരിക്കും. അപ്പോഴായിരിക്കും പോയ വാരത്തിൽ ഭാര്യയും മകളും ഏല്പിച്ച ചില കാര്യങ്ങൾ ഓർമ്മയിൽ വരിക. ഈയിടെയായി അയാൾക്ക് മറവി വളരെ കൂടുതലുമാണ്. ഈ അവസ്ഥയ്ക്ക് ഇനി മാറ്റമുണ്ടാവില്ല എന്നതുകൊണ്ടാവണം ഭാര്യ പരിഭവിക്കാറുമില്ല. അതൊരു സൗഭാഗ്യമാണെന്ന് ചിത്രകാരനായ സുഹൃത്ത് അയാളോട് തെല്ല് അസൂയയോടെ പറയാറുണ്ട്.

ഏതായാലും ഭാര്യ സരളയ്ക്ക് അയാൾ പറയുന്നതിലുപരി കാര്യങ്ങൾ മനസ്സിലാവും. എന്നാൽ ആറു വയസ്സുകാരി മകൾ മുന്നുവിന്റെ സ്ഥിതി വ്യത്യസ്തമാണ്. ഞായറാഴ്ച കാലത്ത് അവൾ ഉണരുകതന്നെ നൂറുകൂട്ടം

ചോദ്യങ്ങളോടെയാവും - അച്ഛനോട് പറഞ്ഞേൽപിച്ചത് കൊണ്ടുവന്നിട്ടുണ്ടോ? ചിത്രമുള്ള കഥാപുസ്തകം, കളർപെൻസിൽ, ചോക്ക്, ജെംസ്, ഈത്തപ്പഴം...

അതൊക്കെ മറന്നുവല്ലോ എന്ന കുറ്റബോധത്തോടെ ചിലപ്പോൾ സുധാകരൻ ഉറക്കം നടിച്ചു കിടക്കും. അതുപക്ഷേ എത്ര നേരം? മുന്നു ഉരുട്ടി വിളിക്കാനും ബഹളം വെക്കാനും തുടങ്ങും. പന്തിയല്ലെന്നു കാണുമ്പോൾ സരള ഇടപെട്ടെന്നുവരാം-- മുന്നു നീ അച്ഛനെ ശല്യപ്പെടുത്തേണ്ട. രാത്രി ഒരുമണിക്ക് വന്ന് ക്ഷീണിച്ച് കിടക്കുന്നതാണ്...

അതെല്ലാം ശ്രദ്ധിച്ചുകൊണ്ടു കിടക്കവേ, അയാൾ ഉറക്കത്തിൽ തന്നെ വഴുതിവീഴും. പിന്നെ എഴുന്നേല്ക്കുക സരള വന്ന് വിളിക്കുമ്പോഴാവും. ആറിത്തണുത്ത കട്ടൻകാപ്പിയും പത്രവും അയാളെ കാത്ത് അരികിലുണ്ടാകും.

അടുക്കളയിലെ തിരക്കിൽനിന്നും തലയൂരി, പിന്നെ ഭാര്യ ചൂടുകാപ്പിയുമായി വരുമ്പോഴാണ് സുധാകരൻ മകളെ അന്വേഷിക്കുക.

അവൾ അപ്പോൾ എല്ലാം മറന്നുള്ള കളിയിലാവും. കൂട്ടിന് അടുത്തവീട്ടിലെ റഹീമിന്റെ മകൾ ഷമീറയും നാലുവീട്ടിനപ്പുറമുള്ള ബിയാട്രിസിന്റെ മകൻ ജോബുമുണ്ടാവും. ബിയാട്രിസ് എന്നല്ല ആന്റീന്ന്. അവരെ അങ്ങനെവേണം വിളിക്കാനെന്നാണ് മകൾ പറഞ്ഞിട്ടുള്ളത്. ഏതായാലും സുധാകരനും സരളയും ഏറെ പ്രായമൊന്നുമില്ലാത്ത അവരെ ആന്റിയെന്നുതന്നെയാണ് വിളിക്കുന്നത്. അങ്ങനെയൊരു ആന്റിയെ കണ്ടെത്തിയതും മകളാണല്ലോ.

സുധാകരൻ അന്ന് വിദൂരനഗരത്തിലേക്ക് ട്രാൻസ്ഫർ ആയിട്ടില്ല. ഒരു വൈകുന്നേരം ഓഫീസ് വിട്ടുവന്നപ്പോൾ സരളയുടെ സംസാരവിഷയം അതായിരുന്നു- നഴ്സറി ക്ലാസ് വിടുമ്പോഴേക്കും, പതിവുപോലെ അന്ന് സരളക്ക് ചെന്നെത്താനായില്ല. അല്പം നേരത്തെ ക്ലാസ് വിടുകയും ചെയ്തിരുന്നു. അമ്മയെ കാണാതെ മുന്നു പരിഭ്രമിച്ചു നില്ക്കുമ്പോൾ, ബിയാട്രിസ് ജോബിനെ കൂട്ടാൻ ചെല്ലുന്നു. ജോബ് മുന്നുവിന്റെ വലിയ കൂട്ടുകാരനായിത്തീർന്നിരുന്നുവെങ്കിലും അവന്റെ അമ്മച്ചി അവൾക്ക് അപരിചിതയായിരുന്നു. കൂടെ പോരാൻ അവൾ മടിച്ചു. ടീച്ചറുടെ ശുപാർശയുണ്ടായപ്പോഴേ മുന്നു ഇളകിയുള്ളൂ.

സരള വാതിലെല്ലാം പൂട്ടി അടുത്ത വീട്ടിലെ ഉമ്മൂമ്മയോട് വിളിച്ച് പറഞ്ഞ്, മകളെ കൊണ്ടുവരാൻ ഇറങ്ങുമ്പോഴാണ് ആ കാഴ്ച കാണുന്നത് മുന്നു തുള്ളിച്ചാടി വരുന്നു. കൂടെ ഒരു സ്ത്രീയും മുന്നുവിനോളം പ്രായം വരുന്ന ഒരാൺകുട്ടിയും. മുന്നുവിന്റെ ബോക്സും വാട്ടർബോട്ടിലും

ആ അപരിചിതയുടെ പക്കലായിരുന്നു. സ്നേഹവും വാത്സല്യവും കിനിയുന്ന ആ മുഖത്തേക്ക് തെല്ല് വിസ്മയത്തോടെ മിഴിനട്ട് സരള തിടുക്കത്തിൽ റോഡിലേക്ക് ഇറങ്ങിച്ചെന്നു. വലിയൊരു ആളെപ്പോലെ [illegible] മന്ദം പറഞ്ഞു - അമ്മേ ഇത് ആന്റിയാ ജോബിന്റെ അമ്മച്ചി.... നമ്മുടെ വീട്ടിലേക്ക് വിളിച്ച് കാപ്പി കൊടുക്കൂ അമ്മേ....

അതൊരു അസാധാരണ സൗഹൃദത്തിന്റെ തുടക്കമായിരുന്നു.

ഇന്നും അന്യമെന്നു പറയാവുന്ന ആ നാട്ടിൽ, സരളയുടെ ഏറ്റവും അടുത്ത സുഹൃത്തും ബന്ധുവും മാർഗ്ഗദർശിയുമെല്ലാം ബിയാട്രിസ് എന്ന ആന്റിയാണ്.

രണ്ടുവർഷംമുമ്പ് വിദൂര നഗരത്തിലേക്കുള്ള സുധാകരന്റെ ട്രാൻസ്ഫറിനെക്കുറിച്ച് അറിഞ്ഞപ്പോൾ അവർ പറഞ്ഞു- സാറ് ഒന്നുകൊണ്ടും വിഷമിക്കേണ്ട. ഞങ്ങളൊക്കെ ഇവിടെയില്ലേ? ഞാൻ എന്നും വന്ന് അന്വേഷിക്കാം. പിന്നെ സാറ് ആഴ്ചതോറും വരുമല്ലോ? വീട് വില്ക്കുകയോ വാടകയ്ക്കു കൊടുക്കുകയോ എന്താണെന്ന് തീർച്ചപ്പെടുത്തിയാൽ അതിനും ഏർപ്പാട് ചെയ്യാം. ഞാൻ ജോബിന്റെ അപ്പച്ചനോട് സംസാരിക്കാം....

അതൊരു ഭംഗിവാക്കായിരുന്നില്ല.

പിന്നെയും സുധാകരന്റെ മനസ്സിൽ ഞായറാഴ്ചകൾ പുലർന്നു. വൈകി എഴുന്നേറ്റ് മൗഢ്യം പൂണ്ടിരിക്കുന്ന തന്നെ, ഒരു കണ്ണാടിയിലെന്നോണം കണ്ടു. അയാൾ പത്രത്തിലൂടെ വെറുതേ കണ്ണോടിച്ചിട്ടേ ഉണ്ടാവൂ. അപ്പോഴേക്കും സരള വന്നു പറയും- അല്ല ഒന്ന് പല്ല് തേച്ചിട്ടായിക്കൂടേ പത്രം വായന. ഇനി ഉച്ചയ്ക്കാണോ ബ്രേക്ക്ഫാസ്റ്റ്! ബാക്കിയുള്ളവർക്ക് വയർ കത്തിക്കരിയുന്നു...

സത്യത്തിൽ, അപ്പോഴാണ് അയാൾ അതേക്കുറിച്ച് ഓർക്കുക. കുറ്റബോധവും ശുണ്ഠിയും തോന്നും. ചിലപ്പോൾ തെല്ല് ശബ്ദമുയർത്തി പറഞ്ഞെന്നുവരും:-സരളേ നീ എന്തിനാ എന്നെ കാത്തിരിക്കുന്നത്? സമയമിത്രയായിട്ടും ഒന്നും കഴിക്കാതെ വയറു കാഞ്ഞു വല്ല അസുഖവും വരുത്തിവക്കും...

സരളയും മോശമാവില്ല - ഞാനേ പഴയ ശീലാവതി ചമഞ്ഞതൊന്നുമല്ല. ആഴ്ചയിലൊരിക്കലല്ലേ തമ്മിൽ കാണുന്നത്. അപ്പോ ഒന്നിച്ചു വല്ലതും കഴിക്കാനുള്ള മോഹംകൊണ്ടാണേ...

പറഞ്ഞുതുടങ്ങുമ്പോഴുള്ള വീറും വാശിയും ഒടുവിൽ സങ്കടത്തിൽ പൊലിയും. മാത്രവുമല്ല, സരളയുടെ മിഴികൾ നനഞ്ഞെന്നുമിരിക്കും.

അതോടെ സുധാകരൻ എന്തിനെന്നില്ലാതെ അസ്വസ്ഥനാവുകയായി. പിന്നെ എപ്പോഴോ, അയാളുടെ ശ്രദ്ധ കുട്ടികൾ കളിക്കുന്നിടത്തേക്കാവും. കുട്ടികളെ, അവരറിയാതെ നിരീക്ഷിക്കുക സുധാകരന്റെ ഇഷ്ടവിനോദമാണ്. അത്തരം നിരീക്ഷണങ്ങൾ ഏകുന്ന ആഹ്ലാദം അയാൾ അരുമയോടെ മനസ്സിൽ സൂക്ഷിക്കുന്നു. കുട്ടിക്കാലത്ത് പുസ്തകത്താളുകൾക്കുള്ളിൽ മയിൽപീലിത്തുണ്ടുകൾ എന്നപോലെ.

അകത്തൊരു മൂല കുട്ടികൾക്കായി ഒഴിച്ചുകൊടുത്തത് സരളതന്നെയാവും. ഭാഗ്യം, റോഡിലേക്ക് ഇറങ്ങിപ്പോവില്ലല്ലോ. മകളുടെ കളിക്കോപ്പുകൾ കണ്ട് ചിലപ്പോൾ സുധാകരൻ അതിശയപ്പെട്ടിട്ടുണ്ട്. അതൊന്നും അയാൾ വാങ്ങിയതോ അറിഞ്ഞതോ അല്ല. എല്ലാം മുന്നുവിന്റെ വല്യച്ഛന്റെയും വല്യമ്മയുടെയും സമ്മാനങ്ങൾ; ബോംബെ ഉരുപ്പടികൾ. അവർ വർഷത്തിലൊരിക്കൽ നാട്ടിൽ വരുമ്പോൾ, സുധാകരനും കുടുംബവും ബോംബെ സന്ദർശനം കഴിഞ്ഞ് തിരിച്ചെത്തുമ്പോൾ, ബോംബെയിൽനിന്ന് പരിചയക്കാരും ബന്ധുക്കളും നാട്ടിലെത്തുമ്പോൾ അതെല്ലാം വന്നുചേരുന്നു.

മുന്നു തന്നെ ബോംബെക്കാരിയാണല്ലോ! അവൾ നഴ്സറിയിലായിരുന്നപ്പോൾ, ഒരിക്കൽപറഞ്ഞത് സുധാകരന് ഓർമ്മയുണ്ട്- അച്ഛാ ബോംബെയിലെ എന്നെ വാങ്ങിയ ഹോസ്പിറ്റലിൽനിന്ന് ഒരു വാവയെ വാങ്ങണം... എനിക്ക് കളിക്കാൻ ആരുമില്ലല്ലോ അച്ഛാ...

അത് സുധാകരന്റെ ഏതോ ഒഴിവുദിന മധ്യാഹ്നത്തിലായിരുന്നു. അടുത്തിരുന്ന് എന്തോ വായിച്ചുകൊണ്ടിരുന്ന സരള തലയുയർത്തി അയാളെ നോക്കി അർത്ഥവത്തായി പുഞ്ചിരിച്ചു. മകളുടെ അപ്പോഴത്തെ ഭാവം കാണേണ്ടതുതന്നെയായിരുന്നു. ഗൗരവബോധത്തോടെ ഒരു പ്രശ്നമുന്നയിക്കുന്ന മട്ടായിരുന്നു. സുധാകരൻ ചിരിച്ചുകൊണ്ട് പറഞ്ഞു- മോൾക്ക് കളിക്കാൻ ഷമീറയും ജോബുമൊക്കെയുണ്ടല്ലോ. ഒരുപാട് പാവക്കുട്ടികളും.

ഉത്തരം പൊടുന്നനെ വന്നു-ഈ അച്ഛന് ഒന്നും അറിയില്ല. എനിക്ക് എടുത്തുനടക്കാൻ പറ്റിയ ഒരു കുഞ്ഞുവാവ....

സുധാകരൻ പ്ലാറ്റ്ഫോമിലൂടെ തിടുക്കത്തിൽ നടന്നു. ഇനി ഓട്ടോറിക്ഷ പിടിക്കണം. രാത്രിയിൽ ഓട്ടോറിക്ഷ കിട്ടുക എളുപ്പമല്ലെന്ന് അയാൾക്കറിയാം.

ഒഴിഞ്ഞ ഓട്ടോ കണ്ട് പാഞ്ഞുചെല്ലുമ്പോൾ ഒരു ചോദ്യമുണ്ട്- എവിടേക്കാ സാറേ? സ്ഥലം പറഞ്ഞുകൊടുക്കുന്ന ഉടനെ തയാറാക്കി വച്ച മറുപടിയുമുണ്ട്; അവിടേക്കില്ല. റോഡ് മഹാ മോശമാ സാറേ....

അങ്ങനെ മൂന്നോ നാലോ പേരെ സമീപിക്കുമ്പോൾ ഒത്തു കിട്ടിയെന്നുവരാം.

അതൊന്നും എല്ലാ വണ്ടിക്കാരുടെയും രീതിയല്ല. എപ്പോഴുമുള്ള [illegible] വീടണ[illegible]ന്നുള്ള വെമ്പലിൽ അങ്ങനെയൊക്കെ നിനച്ച് വേവലാതിപ്പെടുക സുധാകരന്റെ സ്വഭാവമാണ്.

ഓട്ടോറിക്ഷ പെട്ടെന്നുതന്നെ കിട്ടിയപ്പോൾ അയാൾക്ക് ഉത്സാഹമായി. ചിന്തകളോട് വിട പറഞ്ഞു.

ഓടുന്ന വണ്ടിയിലിരുന്ന് സുധാകരൻ നഗരദൃശ്യങ്ങളിലേക്ക് കണ്ണയച്ചു. റോഡും കടകളും സജീവമായിരുന്നു. സാധാരണ ട്രെയിൻ ഇറങ്ങുമ്പോൾ അടഞ്ഞുകിടക്കാറുള്ള കടകൾക്കുമുമ്പിൽ പല വർണ്ണത്തിലും വലിപ്പത്തിലുമുള്ള നക്ഷത്രവിളക്കുകൾ. ചെറിയ ചെറിയ ആൾക്കൂട്ടങ്ങൾ. ഇനിയുമുറങ്ങിയിട്ടില്ലാത്ത നഗരം. രണ്ടു ദിവസം പിന്നിട്ടാൽ ക്രിസ്മസ് ആണല്ലോ എന്നും സുധാകരൻ ഓർത്തു.

ഓട്ടോറിക്ഷയിൽ നിന്നിറങ്ങുമ്പോഴേ സുധാകരൻ അതു ശ്രദ്ധിച്ചു- സ്വന്തം വീടിന്റെ മുഖപ്പിലും ഒരു കുഞ്ഞു നക്ഷത്രവിളക്ക്. കോളിംഗ്ബെൽ ശബ്ദിച്ചതും സരള വാതിൽ തുറന്നു. അയാൾക്ക് തെല്ല് അത്ഭുതം തോന്നാതിരുന്നില്ല- ഉം ഇന്നെന്താ ഉറങ്ങിയില്ലേ? സരള ചിരിച്ചു - വായിക്കുകയായിരുന്നു. ഓട്ടോയുടെ ശബ്ദം കേട്ടപ്പോൾ എഴുന്നേറ്റു വന്നതാ...

സുധാകരൻ ബ്രീഫ്കേസും പാക്കറ്റുകളും ഭാര്യയെ ഏല്പിച്ചു. പെട്ടെന്ന് അകത്തുനിന്ന് കേൾക്കായി - അച്ഛാ... ഞാൻ ഉറങ്ങീട്ടില്ല.

മുന്നു എഴുന്നേറ്റുവന്നു.

ഉറങ്ങാതെ അച്ഛനെ കാത്തിരിക്കുകയായിരുന്നു ഞാൻ. എന്തൊക്ക്യാ അച്ഛൻ കൊണ്ടുവന്നിരിക്കുന്നത്. നമ്മുടെ നക്ഷത്രവിളക്കു കണ്ടോ അച്ഛൻ. എന്തു ഭംഗ്യാണ്. ആന്റി കൊണ്ടുവന്നു തന്നതാ... ഒന്ന് ഷമീറക്കും കൊടുത്തിട്ടുണ്ട്. അച്ഛാ... നമ്മക്ക് ജോബിന് നല്ല കേയ്ക്ക് വാങ്ങിക്കൊടുക്കണം... മുന്നു ഒറ്റശ്വാസത്തിൽ പറഞ്ഞു. അയാൾ യാത്രാക്ഷീണം മറന്നുപോയി.

വാങ്ങിക്കൊടുക്കാമല്ലോ മോളേ.

നല്ല അച്ഛൻ, അച്ഛന് മുന്നു ഒരുമ്മതരട്ടേ...

സുധാകരൻ കൗതുകത്തോടെ മകളെ നോക്കി തെല്ലുനേരം നിന്നു. അപ്പോൾ ആ കുഞ്ഞിക്കണ്ണുകളിലും നക്ഷത്രവിളക്കുകൾ മിന്നുന്നുണ്ടായിരുന്നു.

കാണാപ്പുറങ്ങൾ

നാട്ടുകാരനായ പഴയ സുഹൃത്തിനെ കണ്ടുമുട്ടിയപ്പോൾ അയാൾക്ക് ചെറിയൊരു സന്തോഷം ഉണ്ടായെന്നേ പറഞ്ഞു കൂടൂ. സത്യത്തിൽ ഒറ്റപ്പെട്ട ഒരു യാത്രികനായി, ആരാലും ശ്രദ്ധിക്കപ്പെടാതെ ലക്ഷ്യസ്ഥാനത്ത് എത്താനാണ് അയാൾ അഭിലഷിച്ചിരുന്നത്. മനസ്സ് ഒട്ടും ഒരു യാത്രയ്ക്ക് സന്നദ്ധമായിരുന്നില്ല. അയാളുടെ ഭാര്യ കഴിഞ്ഞ രാത്രി മുഴുവൻ ആസ്മയുമായി മല്ലിടുകയായിരുന്നു. ഇരിക്കാനും കിടക്കാനും വയ്യാത്ത അവസ്ഥ... മനസ്സിന്റെ താളം പിഴച്ച അമ്മയാവട്ടെ പരേതാത്മാക്കളോട് കുശലം പറയുകയും പരിഭവിക്കുകയുമായിരുന്നു. അതിനിടയിൽ അയാൾ എപ്പോഴാണ് ഒന്ന് കണ്ണുചിമ്മിയത് എന്നറിയില്ല. പിന്നെ വെളുപ്പാൻകാലത്ത് അലാറം കേട്ട് ഞെട്ടിയുണരുകയും ഒഴിവാക്കാനാവാത്ത ഔദ്യോഗികയാത്രയ്ക്കൊരുങ്ങുകയുമാണുണ്ടായത്.

ട്രെയിനിലെ വലിയ തിരക്കില്ലാത്ത കംപാർട്ടുമെന്റിൽ ജാലകത്തിനരികിലായി ഇരിപ്പിടം കിട്ടിയപ്പോൾ അയാൾക്ക് തെല്ല് സ്വസ്ഥത തോന്നി. സ്വന്തം മനസ്സിലേയ്ക്ക് തലയും തിരുകി അങ്ങനെ ഇരിക്കാമല്ലോ...

അതൊന്നും പക്ഷേ അയാളുടെ പതിവു രീതിയല്ല. യാത്ര എന്നും അയാൾക്ക് ലഹരി നിറഞ്ഞതായിരുന്നു. ട്രെയിൻയാത്ര പ്രത്യേകിച്ചും. വഴിയോരക്കാഴ്ചകളിലേക്ക് കണ്ണുംനട്ട്, കാഴ്ചകൾക്കപ്പുറമുള്ള കാഴ്ചകൾ കാണുക അയാളുടെ ഒരു ഇഷ്ടവിനോദം തന്നെയാണ്. നൈമിഷികമായ അത്തരം ചില ദൃശ്യങ്ങൾ ഒരു ആൽബത്തിലെന്നോണം അയാൾ ഹൃദയത്തിൽ സൂക്ഷിക്കാറുണ്ട്....

പഴയ സുഹൃത്ത് അയാളുടെ അടഞ്ഞുകിടന്ന മനസ്സിന്റെ വാതിലിൽ മുട്ടുകയായിരുന്നു എന്നു പറയാം.യാത്രകളിൽ പലപ്പോഴും ഇങ്ങനെ സംഭവിക്കാറുണ്ട്. പഴയ സുഹൃത്തുക്കളുടെ യാദൃച്ഛികമായ കണ്ടുമുട്ടൽ. അല്ലെങ്കിൽ തീർത്തും അപ്രതീക്ഷിതമായ പുതിയൊരു സൗഹൃദത്തിന്റെ മുളപൊട്ടൽ.... യാത്രാവേളകളിലെ വൈരസ്യമകറ്റാൻ അയാൾക്ക് അതൊക്കെ ധാരാളമായിരുന്നു.

എന്തിനെന്നില്ലാത്ത ബദ്ധപ്പാടോടെ, സുഹൃത്ത് അയാളുടെ എതിർ സീറ്റിൽ വന്നിരിക്കുകയും വലിയ വായിലേ സംസാരിച്ചു തുടങ്ങുകയും ചെയ്തപ്പോൾ പൊടുന്നനെ അയാൾ ഞെട്ടിയുണരുകയായിരുന്നു.

നീ താടിയൊക്കെ കളഞ്ഞ് വലിയ കട്ടിമീശ വച്ച് എന്നെ കബളിപ്പിക്കാമെന്നു കരുതിയോ? ദൂരെവച്ചേ നിന്നെ കണ്ടപ്പോൾ എനിക്കു മനസ്സിലായി. നീ കൂടെക്കൂടെ ചെറുപ്പമാവുകയാണല്ലോ... എന്താണിതിന്റെ രഹസ്യം.... എനിക്കുകൂടി പറഞ്ഞുതാടോ....

സുഹൃത്തിന്റെ ഉച്ചത്തിലുള്ള സംസാരം തെല്ല് അരോചകമായി തോന്നിയെങ്കിലും അകൃത്രിമമായ ആ സ്നേഹവായ്പും ഭാവങ്ങളും കാൺകെ ഗ്രാമത്തിലെ ബാല്യകാല ദിനങ്ങൾ അയാളുടെ മനസ്സിൽ മിന്നി.

അയാൾ ചോദിക്കാനാഞ്ഞു - ചങ്ങാതി താനെന്തിനാണ് ഇങ്ങനെ അലറുന്നത്? മുണ്ടിയൻകാവു പറമ്പിലെ വഴിയോരത്തു നിന്നു സംസാരിക്കുന്നതുപോലെ ഈ ട്രെയിനിൽവച്ച്... അയാൾ പക്ഷേ ഒന്നും ചോദിച്ചില്ല. ബാല്യകാലസുഹൃത്തിന്റെ ഗ്രാമീണിത്തനിമയാർന്ന ഭാവപ്രകടനങ്ങളിലേക്ക് ഉറ്റുനോക്കി ചിരിയുയർത്താനേ കഴിഞ്ഞുള്ളു.

സഹയാത്രികർ ശ്രദ്ധിക്കുന്നുവെന്നറിയവേ അയാൾക്കു തെല്ല് ജാള്യം തോന്നി. സുഹൃത്തിനു പക്ഷേ കൂസലൊന്നുമുണ്ടായിരുന്നില്ല. അയാളുടെ തണുപ്പൻ മട്ടാവട്ടെ സുഹൃത്ത് ഗൗനിച്ചതേയില്ല. ഏതോ ആവേശബാധിതനെപ്പോലെ സുഹൃത്ത് സംസാരിച്ചുകൊണ്ടിരുന്നു.

സുഹൃത്തിന്റെ വാക്കുകളിലൂടെ ഗ്രാമചിത്രങ്ങൾ അയാൾക്ക് മുന്നിൽ വിടർന്നു. സ്വയമറിയാതെ അയാൾ സുഹൃത്തിന്റെ സംസാരത്തിന് കാതുകൊടുക്കാൻ തുടങ്ങി. സ്വന്തം ഗ്രാമത്തെക്കുറിച്ചുള്ള അറിവുകൾ അയാളെ എപ്പോഴും ആകാംക്ഷാഭരിതനാക്കാറുണ്ട്. നഗരവാസിയായിക്കഴിയാൻ നിർബദ്ധനായെങ്കിലും ഗ്രാമം ഇപ്പോഴും അയാൾക്ക് ഒരു ഗൃഹാതുരതയാണ്.

സുഹൃത്ത് അയാളുടെ മുഖത്ത് ഇടക്കിടക്ക് തറപ്പിച്ചു നോക്കി ചോദിച്ചു - നീയെന്താ ആകെ മൂഡൗട്ടായിട്ടിരിക്കുന്നത്? നമ്മൾ എത്രകാലത്തിനുശേഷമാണ് കണ്ടുമുട്ടുന്നത്... എന്നിട്ട്... നീ നാടു മറന്നു... നാട്ടുകാരെ മറന്നു... ശരിക്കും ഒരു പട്ടണവാസിയായി അല്ലേ...? എന്നെ കണ്ടപ്പോൾ നീ നാട്ടിലെ ഒരാളെക്കുറിച്ചെങ്കിലും അന്വേഷിക്കുമെന്നു കരുതി....

പിന്നെ സുഹൃത്ത് ഒരു കള്ളച്ചിരിയോടെ അയാളെ തെല്ലിട നോക്കി. അയാളുടെ ചുണ്ടിലെ വാടിയ ചിരി സുഹൃത്തിനെ സംതൃപ്തനാക്കിയിരിക്കണം... അതുകൊണ്ടുതന്നെ സുഹൃത്ത് പിന്നെയും വാചാലനായി.

നഗരത്തിൽ വേരു പിടിപ്പിച്ച നീയൊക്കെ ഞങ്ങളെ എന്തിന്

ഓർമ്മിക്കണം. നിങ്ങളൊക്കെ ഭാഗ്യം ചെയ്തവർ... സ്വന്തമായി വീട്. കുട്ടികൾക്ക് പഠിക്കാൻ മികച്ച സ്കൂളുകൾ... നിന്റെ മക്കളൊക്കെ ഇംഗ്ലീഷ് മീഡിയം സ്കൂളിലായിരിക്കും അല്ലേ....? എന്നാലേ ഞാനൊരു നാട്ടിൻപുറത്തുകാരനാണെങ്കിലും അത്ര വിഡ്ഢിയൊന്നുമല്ല... എന്റെ കുട്ടികൾ എവിടെയാണ് പഠിക്കുന്നതെന്നറിയാമോ? തലസ്ഥാന നഗരിയിലെ മുന്തിയ ഇംഗ്ലീഷ് മീഡിയം റസിഡൻഷ്യൽ സ്കൂളിലാണ്....

സുഹൃത്തിന്റെ ആവേശം കാൺകെ അയാൾ വളരെ സൗമ്യനായി പറഞ്ഞു- എന്റെ കുട്ടികൾ മലയാളം മീഡിയത്തിലാണ് പഠിക്കുന്നത്... നാട്ടിലേക്ക് തിരിച്ചുവരാൻ കഴിയുമോ എന്നാണ് നോക്കുന്നത്... നമ്മുടെ നാടുതന്നെയാണ് ചങ്ങാതീ എനിക്കിഷ്ടം...

സുഹൃത്ത് സഹതാപത്തോടെ അയാളെ നോക്കി. പിന്നെ സാന്ത്വനിപ്പിക്കുന്നതുപോലെ പറഞ്ഞു- നിനക്കൊക്കെ പല സ്വാധീനങ്ങളുമുള്ളതല്ലേ..?എന്നിട്ടും കുട്ടികളെ ഇംഗ്ലീഷ് മീഡിയത്തിൽ ചേർക്കാൻ കഴിഞ്ഞില്ല അല്ലേ...? സോറി ഞാൻ കരുതിയത്...

സുഹൃത്ത് ആകെപ്പാടെ അസ്വസ്ഥനായതുപോലെ തോന്നി. തെല്ലിട കഴിഞ്ഞ് ചോദിച്ചു- നീ എവിടേക്കാണ് യാത്രയെന്ന് പറഞ്ഞില്ല...

ഞങ്ങളുടെ ഒരു കോൺഫറൻസ് ഉണ്ട്. അയാൾ ഒറ്റവാക്യത്തിൽ മറുപടി ഒതുക്കി.

എന്നിട്ടും തന്റെ മാനസികാവസ്ഥ മനസ്സിലാക്കാൻ കഴിയാതെ പോയ സുഹൃത്തിന്റെ ശബ്ദം കേൾക്കായി- പറ്റുമെങ്കിൽ നീയൊന്ന് സഹായിക്കണം. ഞാൻ അഞ്ചുകൊല്ലത്തെ ലീവെടുത്ത് അക്കരെ പോവാണ്... വിസയും മറ്റുമൊക്കെ റെഡിയായി. ലീവിന്റെ കാര്യത്തിന് ഒന്നുരണ്ടു വട്ടം തലസ്ഥാനത്തു പോയിട്ടും ശരിയായില്ല. നിന്റെ വല്ല സ്വാധീനവുമുപയോഗിച്ച്.... നീ എന്താ മിഴിച്ചു നോക്കുന്നത്...? ഇവിടെ കിട്ടുന്നതുകൊണ്ട് രണ്ടറ്റവും കൂട്ടിമുട്ടിക്കാനൊക്കുന്നില്ല... കുട്ടികളെ പഠിപ്പിക്കാൻതന്നെ എത്ര കാശു വേണം. അപ്പോ അഞ്ചുകൊല്ലം അറബികളെ സേവിച്ചു വരാമെന്നുവച്ചു....

സുഹൃത്ത് നിഷ്കളങ്കമായി അയാളെ നോക്കി ചിരിക്കുന്നു.

ഗ്രാമത്തിലെ പ്രൈമറി സ്കൂളിൽ പഠിക്കുമ്പോൾ തൊള്ളപ്പൊളിയൻ എന്ന കുസൃതിപ്പേരുണ്ടായിരുന്ന സുഹൃത്തിനെ നോക്കി അയാളും ചിരിക്കുന്നു.

അയാൾ തെല്ലു തമാശയോടെ ഓർക്കുകയുമുണ്ടായി-മൈഡിയർ തൊള്ളപ്പൊളിയൻ നീ ശരിക്കും ഒരു മഹാത്മാവുതന്നെ.

ഇവിടെ ഇപ്പോഴും ഇങ്ങനെ

ആപ്പീസിൽനിന്ന് ഇറങ്ങാൻ തുടങ്ങുമ്പോഴാണ് ടെലഫോൺ ശബ്ദിച്ചത്. അയാൾ സംശയിച്ചതുപോലെതന്നെ വിളി ഉണ്ണിയുടേതായിരുന്നു.

ഇപ്പോൾ എവിടെനിന്നാവും വിളിക്കുന്നത്? ഇത്രയും വൈകിയ സ്ഥിതിക്ക് കോളേജിൽ നിന്നാവില്ല. പതിവു താവളങ്ങളിലൊന്നായ പുസ്തകശാലയിൽ നിന്നാവാം. അല്ലെങ്കിൽ റെയിൽവേ സ്റ്റേഷനിൽ നിന്നോ ബസ്സ്റ്റാന്റിൽ നിന്നോ ആവാം.

എഴുതിയ പുതിയ കവിതയെക്കുറിച്ചോ, വായിച്ച പുതിയ പുസ്തകത്തെക്കുറിച്ചോ ഒന്നുമല്ല പതിവുപോലെ ഉണ്ണിക്ക് സംസാരിക്കാനുണ്ടായിരുന്നത്. ഏറെക്കാലത്തെ അന്വേഷണങ്ങൾക്ക് ശേഷം, നഗരപ്രാന്തത്തിൽ കണ്ടെത്തിയ ഉണ്ണിയുടെ വാടകവീട് സന്ദർശിക്കാത്തതിലുള്ള പരിഭവവുമായിരുന്നില്ല.

റിസീവർ ക്രേഡിലിൽ വച്ചിട്ടും ഉണ്ണിയുടെ പരിഭ്രമം തുളുമ്പുന്ന വാക്കുകൾ അയാളുടെ കാതിൽ മുഴങ്ങി - എടാ ഞാനാകെ വലഞ്ഞു. നിന്നെ ഉടനെയൊന്ന് കാണണം. ഒരു ഓട്ടോ പിടിച്ച് ഇവിടേക്ക് വാ. എല്ലാം നേരിൽ സംസാരിക്കാം...

അത്രയും പറഞ്ഞിട്ട് ഉണ്ണി ടെലഫോൺ വയ്ക്കുകയാണുണ്ടായത്.

പരിഭ്രമം അയാളിലേക്ക് പടർന്നുകയറി. എന്താണ് സംഭവിച്ചതെന്ന് അയാൾക്ക് ഊഹിക്കാൻപോലും കഴിയുന്നില്ല. അയാൾ അസ്വസ്ഥനാവാൻ തുടങ്ങി. നഗരത്തിലെ ഒരു മുന്തിയ ലോഡ്ജിൽ നിന്നാണ് ഉണ്ണി അയാളെ ടെലഫോണിൽ വിളിച്ചത്. എത്രയും വേഗം അവിടെ എത്തണമെന്നും ഉണ്ണിയാകെ വിഷമിച്ചിരിക്കുകയാണെന്നും...

അയാൾ തിടുക്കത്തിൽ ആപ്പീസിൽനിന്നും കോണിപ്പടികളിറങ്ങി

നിരത്തോരത്ത് കണ്ണുംനട്ട് നിന്നു. പരിഭ്രമത്തിൽ കൈകാണിച്ച ഓട്ടോറിക്ഷകളിലെല്ലാം ആളുണ്ടായിരുന്നു. അതൊന്നും പക്ഷേ അയാൾ അറിഞ്ഞിരുന്നില്ല. അതുകൊണ്ടുതന്നെ കടന്നുപോയ ഓട്ടോറിക്ഷകൾക്ക് അയാളിൽ ജാള്യമോ നീരസമോ സൃഷ്ടിക്കാനായില്ല. അശാന്തി നിറഞ്ഞ മനസ്സോടെ, അയാൾ നിരത്തിലേക്കിറങ്ങി. നടക്കാം. കാത്തുനില്പ് എപ്പോഴും അസഹ്യമാണ്.

പതിനഞ്ചോ ഇരുപതോ മിനുട്ട് നടക്കേണ്ട ദൂരമേ ഉള്ളൂ. റെയിൽവേ ഗേറ്റിനരികിലെ ആ ക്വാട്ടേഴ്സ് കെട്ടിടത്തിലെ 201-ാം നമ്പർ മുറിയിൽ ഉണ്ണി വേവലാതിയോടെ കാത്തിരിക്കുന്നു എന്ന ചിന്ത പക്ഷേ അയാളെ ഉൽക്കണ്ഠാകുലനാക്കുകയാണല്ലോ..

കവിയും കോളേജ് അധ്യാപകനുമായ ഉണ്ണിയെപ്പോലെ ഉള്ളറിയുന്ന സുഹൃത്തുക്കൾ അയാൾക്ക് നഗരത്തിൽ അത്രയേറെയൊന്നുമില്ല. ഉണ്ടെങ്കിൽതന്നെ അത് നഗരജീവിതം സമ്മാനിച്ച ചങ്ങാതിമാരാണ്. ഉണ്ണി അങ്ങനെയല്ലല്ലോ. ഉണ്ണിയും അയാളും ഒരേ ഗ്രാമത്തിൽനിന്നും പറിച്ചുനടപ്പെട്ടവർ.

വിവാഹം കഴിഞ്ഞപ്പോൾ ഉണ്ണിക്കും നഗരത്തിൽ ഒരു കൂടു കൂട്ടണമെന്നായി. അയാളും ഉണ്ണിയും വാടകവീടന്വേഷിച്ച മുഷിഞ്ഞ സായാഹ്നങ്ങൾ! നഗരപ്രാന്തത്തിലെവിടെയെങ്കിലും ഒരു ഒതുങ്ങിയ വീട്... നഗരത്തിന്റെ ഇരമ്പവും പുകയുമില്ലാത്ത ഒരു മൂല. ഗ്രാമത്തിന്റെ സ്വച്ഛതയില്ലെങ്കിലും തെല്ലെങ്കിലും കുളിർമ പകരുന്ന പച്ചപ്പ്... നാളുകളോളം അലഞ്ഞുതിരിഞ്ഞിട്ടും ഉണ്ണിക്ക് മനസ്സിനിണങ്ങിയ ഒരിടം കണ്ടെത്താനായില്ല. ഒരിക്കൽ അയാൾ ശുണ്ഠി പിടിച്ച് പറഞ്ഞു- ഇനി ഈ ഏർപ്പാടിന് ഞാനില്ല. നീ തനിയെ അന്വേഷിച്ച് കണ്ടുപിടിക്ക്. അതുവരെ നിന്റെ സുന്ദരി നാട്ടിലെ ശുദ്ധവായു ശ്വസിച്ച് അല്പസ്വല്പം വിരഹദുഃഖവുമായി കഴിയട്ടെ.

ആയിടക്ക് ഒരു വൈകുന്നേരം പുസ്തകശാലയിൽനിന്ന് ഉണ്ണി അയാളെ ടെലഫോണിൽ വിളിച്ചു- എടാ നിന്റെ സഹായമൊന്നുമില്ലാതെതന്നെ കണ്ടുപിടിച്ചു. പറ്റിയ സ്ഥലം. നഗരത്തിന്റെ പകിട്ടുകളൊന്നുമില്ല. എന്നല്ല ഒരു നാട്ടിൻപുറത്തിന്റെ ചുറ്റുപാടുതന്നെ. അടുത്തുതന്നെ ഒരുഗ്രൻ പാമ്പിൻകാവും. വേണമെങ്കിൽ വന്നുനോക്കി അസൂയപ്പെട്. അനുവിനെ കൊണ്ടുവന്ന് കാണിച്ച് ഞങ്ങൾ അടുത്തുതന്നെ താമസം തുടങ്ങും...

വാടകവീട് അനുവിനും നന്നെ ഇഷ്ടപ്പെട്ടുവെന്ന് അയാൾ അറിഞ്ഞിരുന്നു. ഉണ്ണിയും അനുവും പലവട്ടം ആപ്പീസിൽചെന്ന് അയാളെ

ക്ഷണിച്ചിരുന്നു. അയാൾക്ക് പക്ഷേ ഇതുവരെയും അവരുടെ അതിഥിയാവാനുള്ള അവസരം ഉണ്ടായില്ല. ഉണ്ണിയുടെ പരിഭവമുയരുമ്പോഴൊക്കെ അയാൾ പറഞ്ഞു- വരും ഒരിക്കൽ വരും. നിന്റെയും അനുവിന്റെയും ക്ഷണമെന്നറിയാതെതന്നെ.

അയാൾ ആഞ്ഞുകുതിച്ച് ചെല്ലുമ്പോൾ ഉണ്ണി റിസപ്ഷൻ കൗണ്ടറിൽ കാത്തുനില്ക്കുന്നുണ്ടായിരുന്നു. എപ്പോഴുമെന്നപോലെ ഉണ്ണിയുടെ മുഖത്തു പതിഞ്ഞു കാണുന്ന ആ പുഞ്ചിരി.... എന്താണതിനർത്ഥം? അയാൾ തെല്ല് ആശ്വാസം കൊള്ളുമ്പോഴും ഉള്ളിൽ ചോദിച്ചു.

ഉണ്ണി അയാളുടെ കൈപിടിച്ച് ലിഫ്റ്റിനരികിലേക്ക് നടക്കുമ്പോൾ മെല്ലെ പറഞ്ഞു... ഞാൻ രണ്ടു മൂന്നു ദിവസമായി ഇവിടെയാണ് താമസം. ഇന്നലെ നിന്റെ ആപ്പീസിലേക്ക് ഒരുപാടുതവണ ടെലഫോൺ ചെയ്തു. കിട്ടിയില്ല...

അയാൾ വീണ്ടും അങ്കലാപ്പിലായി. തെല്ലുകഴിഞ്ഞ് ചോദിച്ചു- ഇവിടെ താമസമോ? അപ്പോൾ അനു?

ഉണ്ണി പിന്നെയും ചിരിക്കുന്നു- നീ ബേജാറാവല്ലേ. അവളും ഇവിടെയുണ്ട്. നമുക്ക് മുറിയിലെത്തി സംസാരിക്കാം.

അനു മുറിയിൽ അവരെ കാത്തിരിക്കുകയായിരുന്നു എന്നു തോന്നി. ക്ഷീണിതയായ അനുവിന്റെ മുഖത്ത് അയാൾക്കായി ഒരു ചിരി വിടർന്നു. ഏതോ ഒരു കടങ്കഥയുടെ കുരുക്കഴിക്കാനാവാത്ത കുട്ടിയെപ്പോലെ അയാൾ ഉണ്ണിയുടെ മുഖത്തേക്ക് ഒളിഞ്ഞു നോക്കി. അസാധാരണമായി ഒന്നും സംഭവിച്ചിട്ടില്ലാത്തതുപോലെ അനു ഗ്ലാസുകൾ എടുത്തുവച്ച് ഫ്ളാസ്കിൽനിന്ന് ചായ ഒഴിക്കുകയായിരുന്നു. ഉണ്ണിയുടെ ചുണ്ടിൽ അപ്പോഴും പതിവുപോലുള്ള ആ പുഞ്ചിരി....

അവർക്കിടയിലെ മൗനം തകർത്തത് ഉണ്ണി തന്നെയായിരുന്നു. ഷേർട്ടഴിച്ച് ഹാങ്ങറിൽ കൊളുത്തിയിടുമ്പോൾ ഉണ്ണി അയാളെ നോക്കി പറഞ്ഞു - എടാ ഞങ്ങൾക്കിനി വേറെയൊരു വാടകവീട് കണ്ടുപിടിക്കണം....

അയാൾക്ക് അത്ഭുതമായി.

-ഉം എന്തുപറ്റി നിന്റെ സ്വർഗ്ഗനിലയത്തിന്...?

അപ്പോഴും ഉണ്ണി ചിരിച്ചു. ചായ മൊത്തിക്കുടിച്ചുകൊണ്ട് പിന്നെ ഉണ്ണി ആ കടങ്കഥയുടെ കുരുക്കഴിക്കാൻ തുടങ്ങി.

രണ്ടുമൂന്നു ദിവസമായി ഉണ്ണി ലീവിലാണ്. പ്രശ്നമുണ്ടാക്കിയത് ഉണ്ണിയുടെ വാടകവീടിന്റെ കിടപ്പുമുറിയിലെത്തിയ ഒരു സന്ദർശകനാണ്.

അന്ന കരഞ്ഞു ബഹളം കൂട്ടി. ഒന്നുമറിയാതെ പാവം സന്ദർശകൻ ചുമരിട്ടുക്കിൽ ചുരുണ്ടുകിടന്നു... ബഹളം കേട്ട് തൊട്ടടുത്തുള്ള വീട്ടുടമയും അയൽക്കാരും ഓടിയെത്തി. ഉണ്ണി പറഞ്ഞു- അത് സാരമില്ല. ചേരയാവും. പൊയ്ക്കൊള്ളും. അയൽക്കാർ പക്ഷേ അതംഗീകരിച്ചില്ല. അത് പാമ്പുതന്നെയാണ്. വീട്ടുടമ എന്തോ കണക്കുകൂട്ടി പറഞ്ഞത് ഇങ്ങനെയും- അത് സാധാരണ പാമ്പല്ല. സത്യമുള്ള പാമ്പാണ്.... ഉണ്ണി പറഞ്ഞു- ആവട്ടെ അതിനെ ആട്ടിയോടിക്കാം. അടിച്ചുകൊല്ലണമെന്നില്ല....

വീട്ടുടമയുടെ ഭാവം മാറി. അതിനെ ഒന്നും ചെയ്യാനേ പാടില്ലെന്നായി... പിന്നെ പാമ്പിൻകാവിലേക്ക് തിരിഞ്ഞുനിന്ന് എന്തോ ഭക്ത്യാദരപൂർവ്വം പിറുപിറുത്തു... അയൽക്കാരനായ ഒരു വൃദ്ധൻ അർത്ഥവത്തായി തലകുലുക്കി.

ഉണ്ണി ചിരിച്ചുകൊണ്ട് തുടർന്നു: ആ മാന്യാതിഥി അവിടെത്തന്നെ ചുരുണ്ടു കിടപ്പാണ്... അനുവിനാകട്ടെ പിന്നെ അവിടെ ഒരുനിമിഷം പൊറുത്തുകൂട.... ഒടുവിൽ അവിടെനിന്ന് മാറിത്താമസിക്കുകയേ നിവൃത്തിയുള്ളൂവെന്നായി... പറഞ്ഞുവരുന്നത് മറ്റൊന്നാണ്. അനുവിനെ തൽക്കാലം നാട്ടിൽ കൊണ്ടുവിടുന്നു. നാളെ വൈകുന്നേരം മുതൽ നമുക്ക് വീണ്ടും ഒരു കൂടുതേടി നടക്കാം...

അയാൾ ലാഘവത്തോടെ പറഞ്ഞു: പാമ്പും തവളയുമൊന്നുമില്ലാത്ത സ്ഥലം കണ്ടുപിടിക്കേണ്ടേ. എനിക്ക് ഒഴിവുണ്ടാവില്ല....

ഉണ്ണി പൊട്ടിച്ചിരിച്ചു - നീ ഒന്ന് ക്ഷമിച്ചുകളയെടാ....

മുറിയിൽ ഒരു നനഞ്ഞ കോഴിക്കുഞ്ഞിനെപ്പോലെ ഇരുന്ന അനുവും ചിരിയിൽ പങ്കാളിയായി.

വെറും സ്വപ്നങ്ങൾ

തൊണ്ണടർന്ന തിണ്ടുകളും ഇളവെയിൽ മേയുന്ന നടപ്പാതയും നടപ്പാതയിൽ വീണുകിടക്കുന്ന നിറം മങ്ങിയ അലരിപ്പൂക്കളും എന്തിനെന്നില്ലാതെ പതിവുപോലെ അമ്മയുടെ കണ്ണുകളിൽ നനവുതിർത്തു.

പൂമുഖത്തെ ചായമടർന്ന കൽത്തൂണും ചാരിയിരിക്കുകയായിരുന്നു അമ്മ. പൊടുന്നനെ അമ്മയുടെ ഈറൻകണ്ണുകൾ വിടർന്നു. വിസ്മയത്തിന്റെ, അവിശ്വസനീയതയുടെ തിളക്കം കണ്ണുകളിൽ പടർന്നു. എന്നാൽ അമ്മ അകമേ കരയുകയായിരുന്നു-നീയോ നീയോ കുട്ടാ...

നടപ്പാതയിൽ വീണുകിടക്കുന്ന അലരിപ്പൂക്കൾ ചവിട്ടിയരച്ച് അപ്പോൾ മകൻ കടന്നുവരികയായിരുന്നുവല്ലോ!

മകൻ പാദങ്ങൾ ശക്തിയായി തറയിലുരച്ചുകൊണ്ട് പൂമുഖത്തേയ്ക്ക് കയറി. കൈയിലിരുന്ന തുകൽബാഗ് അശ്രദ്ധയോടെ ഒഴിഞ്ഞ മേശപ്പുറത്തേയ്ക്കിട്ടു. മകന്റെ കണ്ണുകളിൽ ആരോടോ എന്തിനോ ഉള്ള വിദ്വേഷവും നീരസവും പതഞ്ഞുനിന്നിരുന്നു.

വിയർപ്പു പൊടിഞ്ഞുനിന്ന മകന്റെ മുഖത്തേയ്ക്കും ഉലഞ്ഞ വസ്ത്രങ്ങളിലേയ്ക്കും മിഴിനട്ട് മൗനത്തിന്റെ ഊന്നുവടിയുമായി അമ്മ നിന്നു.

ചെളിയും മെഴുക്കും പുരണ്ട കാറിയ മണം ചുരത്തുന്ന ചാരുകസേര വലിച്ചിട്ട് മകൻ കയറിയിരുന്നു.

അമ്മയുടെയും മകന്റെയും ഇടയ്ക്ക് മൂകത പാട കെട്ടുകയായിരുന്നു. പക്ഷേ അപ്പോഴും അമ്മയുടെ തിളങ്ങുന്ന മിഴികൾ പറഞ്ഞുകൊണ്ടേയിരുന്നു-എന്റെ കുട്ടാ നീ ഇപ്പോഴെങ്കിലും വന്നുവല്ലോ...

അമ്മയുടെ ഉള്ളിൽ മഞ്ഞുപൊടിഞ്ഞുകൊണ്ടിരുന്നു. കണ്ഠനാളത്തിൽ ഗദ്ഗദം പതുങ്ങിയിരുന്നു.

മകൻ കാടുപിടിച്ചുകിടക്കുന്ന വളപ്പിലേക്കും അതിനുമപ്പുറത്തെ പാമ്പിൻകാവിലേക്കും നരച്ച ആകാശത്തിലേക്കും അലക്ഷ്യമായി നോക്കി നെടുവീർപ്പയച്ചു.

അമ്മ നിനച്ചു: മകന്റെ പിണക്കം തീർന്നിരിക്കാം. അല്ലെങ്കിൽ ഒരിക്കലും തിരിച്ചുവരില്ലെന്നു ശപഥം ചെയ്ത ആൾ ഇങ്ങെത്തില്ല ല്ലോ. എന്നാൽ മകന്റെ ഭാര്യയെവിടെ? ഉണ്ടായെന്നു കേട്ട കുഞ്ഞു മോനെവിടെ?....

എന്തിനെന്നില്ലാതെ അമ്മ മകന്റെ മരിച്ചുപോയ അച്ഛനെക്കുറിച്ചോർത്തു. അല്പാല്പം വെണ്മപുരണ്ട ചുരുളൻ മുടി. വീതിയേറിയ നെറ്റിത്തടം. അല്പം ചുവപ്പുകലർന്ന ദീപ്തിമത്തായ കണ്ണുകൾ. അവിടവിടെ ചാലുകൾ വീണെങ്കിലും ഓജസ്സുറ്റ മുഖം...

അമ്മ അകമേ വിതുമ്പി-അതേ നമ്മുടെ കുട്ടൻ വന്നു.... കുട്ടൻ വന്നു... പൊടുന്നനെ അമ്മയുടെ ചുണ്ടുകൾ വിടർന്നു.... മോനേ കുട്ടാ....

മകൻ തീരാദുഃഖംപോലെ കാടുപിടിച്ചു കിടക്കുന്ന വളപ്പിൽ നിന്നും മിഴികൾ പിൻവലിച്ചു. കണ്ണുകളിൽ പളുങ്കുമണികളുരുണ്ടു കൂടി. ഉടനെ തല തിരിക്കുകയും ചെയ്തു.

-നിനക്കെന്താ സുഖമില്ല്യേ കുട്ടാ?

-എനിക്കൊന്നുംല്ല്യ

മകൻ ആയാസപ്പെട്ടാണുരിയാടിയത്.

-മിനിയും കുഞ്ഞും എവിടെ?

-വന്നിട്ടില്ല.

മകന്റെ വെളുത്ത മുഖത്ത് ഈൗർഷ്യയുടെ ഇരുണ്ട നിഴലുകൾ പരക്കുന്നത് അമ്മയുടെ പഴയ കണ്ണുകൾ കണ്ടില്ല.

-അവരെ കൊണ്ട് രായിരുന്നില്ലേ കുട്ടാ...?

-അവള്ടെ വീട്ടിലാണ്. അതേക്കുറിച്ചൊന്നും ചോദിക്കേണ്ട. എനിക്കു പിഴച്ചുപോയി...

അമ്മയുടെ മനസ്സിൽ അസ്വാസ്ഥ്യം പുകഞ്ഞു.

-ന്താ കുട്ടാ ങ്ങനൊക്കെ പറേണത്. കുഞ്ഞുമോനെ ഞാനിതുവരെ കണ്ടിട്ടുകൂടീണ്ടോ. എല്ലാം എന്റെ തലവിധി....

അമ്മ അതുവരെയും കെട്ടിനിർത്തിയിരുന്ന വികാരം ചിറ പൊട്ടിച്ചു.

-കുഞ്ഞിനെ വേണോങ്കി കൊണ്ടരാലോ

-അപ്പോ മിനിക്കിനിയും എന്നോടു പിണക്കമാണോ കുട്ടാ...?

അമ്മ തേങ്ങുകയായിരുന്നുവല്ലോ.

ഒരു ഇരുണ്ട സന്ധ്യ അമ്മയുടെ ഓർമ്മയിൽ മിന്നി. കിഴക്കുഭാഗത്തെ പഞ്ചായത്തു പാതയിൽ നിന്നു ടാക്സിയുടെ ഹോൺ കേൾക്കുന്നു. [illegible] മിനി [illegible] ധൃതിയിൽ വസ്ത്രങ്ങൾ പെട്ടിയിലൊതുക്കുന്നു. കുട്ടൻ അമർഷത്തോടെ മുറ്റത്തിറങ്ങി നിന്നുകൊണ്ട് പറയുന്നു- ഞങ്ങൾ ഇറങ്ങിപ്പോവണമെങ്കിൽ അമ്മയ്ക്കതു പറഞ്ഞാ മതിയാരുന്നല്ലോ. ഇനി അമ്മയായി അമ്മയുടെ പാടായി... മിനീ, വേഗം പുറപ്പെടു. ടാക്സി കാത്തുനില്ക്കുന്നു....

അമ്മ ഒന്നുമൊന്നും വ്യക്തമാവാതെ സ്തംഭിച്ചു നില്ക്കവേ, മകൻ വീണ്ടും പറയുന്നു-എല്ലാം ഉപേക്ഷിച്ച് എന്നെ വിശ്വസിച്ച് ഇറങ്ങിപ്പോന്ന ഒരു പെൺകുട്ടിയെ വിഷമിപ്പിക്കാൻ എനിക്കു വയ്യ. അമ്മ സുഖമായി കഴിഞ്ഞോളൂ. ഞങ്ങൾ പോയേക്കാം....

ചരലുകളിൽ അമർത്തിച്ചവിട്ടിക്കൊണ്ട് മിനിയും അവളുടെ നിഴലായി കുട്ടനും പടിയിറങ്ങിയ ആ ഇരുണ്ട സന്ധ്യ....

അമ്മ എല്ലാം ഓർക്കുകയായിരുന്നുവല്ലോ.

-കുട്ടൻ എന്തൊക്കയാണീ പറയ്ണത്!

-ഒന്നും പറയേണ്ടമ്മേ എനിക്കു തെറ്റുപറ്റി. അവൾക്ക് വലിയത് അവള്ടെ ആങ്ങളമാരാ. ഇപ്പോ അവരൊക്കെ ഒന്നായി. ഞാൻ പുറത്തും. എന്റെ കാര്യങ്ങൾ ശ്രദ്ധിക്കാൻ ആളില്ലെന്നുവന്നാൽ...

-മിനി അവള്ടെ വീട്ടിലാണോ കുട്ടാ?

-ഉം.

-വീട്ടുകാരുമായെല്ലാം നന്നായല്ലോ. നല്ല കാര്യം. ആ അമ്മ എന്തുമാത്രം വിഷമിച്ചിരിക്കുമെന്നറിയാമോ. ഒരമ്മക്കേ അതറിയൂ.

അപ്പോൾ വിസ്മയം മകനായിരുന്നു. അതുകൊണ്ടുതന്നെ മകൻ തെല്ലിട നിശ്ശബ്ദനായി.

-എനിക്കേതായാലും അവള്ടെ വീട്ടിൽ കഴിഞ്ഞുകൂടാൻ പറ്റില്ല. അതുകൊണ്ടു ഞാനിങ്ങു പോന്നു. അമ്മ എനിക്കു മാപ്പു തരണം.

-മോനേ കുട്ടാ കുട്ടനിപ്പഴെങ്കിലും അമ്മയെ ഓർത്തല്ലോ. കഴിഞ്ഞതൊക്കെ പോട്ടെ. കുട്ടൻ ഇന്നുതന്നെ പോയി മിനിയെയും കുഞ്ഞുമോനെയും കൂട്ടിക്കൊണ്ടുപോരെ. ഇവ്ടെ ആരാ തടസ്സം ള്ളത്? പണ്ടുംണ്ടായിര്ന്നില്ല. ഒക്കെ തോന്നലായിരുന്നു. ചെല്ല് മോനേ. അമ്മക്ക് മരിക്കാൻ കാലത്തെങ്കിലും സമാധാനം ണ്ടാവട്ടെ...

അപ്പോൾ പിന്നിലെ വാതില്ക്കൽ നിന്ന് ഒരു നിശ്വാസമുയർന്നു. മകൻ ഞെട്ടിത്തിരിഞ്ഞുനോക്കി. തെല്ല ജാള്യം തോന്നി. പടിഞ്ഞാറയിലെ മാളൂക്കുട്ടി. മകന്റെ കളിത്തോഴി. കളിത്തോഴി മാത്രമായിരുന്നോ മാളൂക്കുട്ടി...?

അവൾ എല്ലാം ശ്രദ്ധിക്കുകയായിരുന്നോ? അല്ലെങ്കിൽ അവളിൽനിന്നും ഒളിച്ചുവയ്ക്കാൻ തന്നിൽ എന്തുണ്ട് എന്നും മകൻ ഓർത്തു.

വെറും ഉപചാരമെന്നോണം മകൻ ചോദിച്ചു- മാളൂക്കുട്ടി വ്ടെ ഉണ്ടായിരുന്നോ?

അമ്മയാണ് മറുപടി പറഞ്ഞത്:

-അവളധികനേരം വ്ടെതന്നെയാ. മറ്റാരുണ്ട് എനിക്കൊരു സഹായത്തിന്...

മകന്റെ മനസ്സിൽ അസുഖകരമായ ഏതോ ഓർമ്മകൾ ഞെട്ടിയുണർന്നു.

-മോളെ കുട്ട്യേട്ടനിത്തിരി കഞ്ഞി വിളമ്പി കൊടുക്കു...

മകൻ കനത്ത മനസ്സുമായി അകത്തളത്തിലേക്കു കടന്നു. ഇരുട്ടു മോഹാലസ്യപ്പെട്ടുകിടക്കുന്ന ഇടനാഴിയിലേക്കു കടക്കവേ, മകൻ തീർത്തും അസ്വസ്ഥനായി. വർഷങ്ങൾക്കു മുമ്പ് ഈ ഇടനാഴിയിൽ വച്ച് മകൻ ആദ്യമായി ഒരു പെൺകിടാവിനെ ചുംബിച്ചു. ആ പെൺകിടാവ് മാളൂക്കുട്ടിയായിരുന്നുവല്ലോ...

ദ്രവിച്ചുതുടങ്ങിയ പത്തായപ്പുറത്തിരുന്നു കഞ്ഞി കുടിച്ചുകൊണ്ടിരിക്കെ, മകൻ ഊഹിച്ചു: മാളൂക്കുട്ടിയുടെ വിവാഹം കഴിഞ്ഞിരിക്കയില്ല. വേണമെങ്കിൽ അടുത്തിരുന്ന് തന്നെ, കൺകുളിർക്കെ കാണുന്ന അമ്മയോട് അന്വേഷിക്കാം. പക്ഷേ മകൻ അതിനു തുനിഞ്ഞില്ല.

തേച്ചുമിനുക്കിയ ഓട്ടുകിണ്ടിയിൽ മകൻ മാളൂക്കുട്ടിയുടെ കറ പുരളാത്ത അകം കണ്ടു. കൈ കഴുകുമ്പോൾ മകൻ വെറുതെ തിരിഞ്ഞു നോക്കി. മാളൂക്കുട്ടി പത്തായപ്പുറത്തുനിന്നും പാത്രങ്ങളെടുക്കുന്നു....

മകൻ പൂമുഖത്തേക്കു നടക്കവേ, അമ്മ തികഞ്ഞ ആശ്വാസത്തോടെ മാളൂക്കുട്ടിയോടു പറഞ്ഞു-- എല്ലാം ഒരു സ്വപ്നം പോലെ തോന്നുന്നു കുട്ടീ...

മാളൂക്കുട്ടി പതിഞ്ഞ സ്വരത്തിൽ പ്രതിവചിച്ചു ശരിയാണമ്മേ ഒക്കെ വെറും സ്വപ്നങ്ങൾ...

മകൻ അപ്പോൾ പഴയ ചാരുകസേരയിൽ കിടന്ന് ഭാര്യവീട്ടിലേക്കുള്ള യാത്രയെക്കുറിച്ച് ഓർക്കുകയായിരുന്നു.

വേനൽ

സ്കൂൾ അടച്ചതുമുതൽ മക്കൾ ശാഠ്യം പിടിച്ചു തുടങ്ങി. -ഈ വേനലൊഴിവിലെങ്കിലും നമുക്ക് എവിടെയെങ്കിലും പോവണം അച്ഛാ....

പോയ വർഷത്തിലെ വാഗ്ദാനലംഘനത്തെക്കൂടി സൂചിപ്പിക്കുകയാണല്ലോ മക്കൾ എന്ന് അപ്പോഴൊക്കെ അയാൾ ഓർക്കുകയുമുണ്ടായി. സത്യത്തിൽ അയാൾക്കതിൽ വിഷമമുണ്ട്. ഒരിക്കൽ പത്രത്തിൽനിന്ന് കണ്ണെടുത്ത് കുട്ടികളോട് ചോദിച്ചു- എവിടേക്കാണ് മക്കൾക്ക് പോവേണ്ടത്?

അച്ഛന്റെ നാട്ടിലേക്ക്...അയാൾ വാത്സല്യത്തോടെ കുട്ടൻ എന്നു വിളിക്കുന്ന രണ്ടാമത്തെ മകൾക്കായിരുന്നു കൂടുതൽ ആവേശം. മൂത്ത മകൾ തെല്ലു പിണക്കത്തിലെന്നോണം വെറുതെ നോക്കിയതേയുള്ളൂ; എവിടേയ്ക്കായാലും ഈ ഹൗസിങ്കോളനിയിലെ വേനലിൽ നിന്നു ഒന്നു രക്ഷപ്പെടുത്തിയാൽ മതി എന്ന ഭാവത്തിൽ. ഈ ചോദ്യമൊക്കെ വെറുതെ; അച്ഛൻ എവിടെയും കൊണ്ടുപോവലുണ്ടാവില്ല എന്ന് അവൾ ധരിക്കുന്നുമുണ്ടാവണം.

മൂത്തമകളുടെ നൈരാശ്യത്തിന് വേറെയുമുണ്ട് കാരണം. അവളുടെ ഏറ്റവും അടുത്ത കൂട്ടുകാരിയും നാട്ടിലേക്കു പോയിരിക്കുന്നു. ശരിയാണ് കോളനിയിലെ മിക്കവാറും ഫ്ളാറ്റുകൾ അടഞ്ഞുകിടക്കുകയാണ്. ചിലരൊക്കെ താന്താങ്ങളുടെ നാട്ടിലേക്ക്. ചിലരൊക്കെ സുഖവാസ കേന്ദ്രങ്ങളിലേക്ക്...

പൊടുന്നനെ രാമസ്വാമിയുടെ അടഞ്ഞുകിടക്കുന്ന ഫ്ളാറ്റിലേക്ക് അയാളുടെ കണ്ണുകൾ ചെന്നുപെട്ടു. രാമസ്വാമിയുടെ കുടുംബവും ഗ്രാമത്തിലേക്ക് പോയിരിക്കുന്നു. പക്ഷേ ഗ്രാമത്തിന്റെ തെളിഞ്ഞ ആകാശത്തിനു കീഴിലെ കുളിർമ ഇത്തവണ അവർ അറിയുകയില്ല... അടഞ്ഞുകിടക്കുന്ന

ആ ഫ്ളാറ്റ് എപ്പോഴും അയാളുടെ ദൃഷ്ടിയിൽ പെട്ടുപോവുന്നു. രണ്ടാം നിലയിലുള്ള അയാളുടെ ഫ്ളാറ്റിലെ ബാൽക്കണിയിലേക്കു കടന്നാൽ എതിർദിശയിലുള്ള രാമസ്വാമിയുടെ ഫ്ളാറ്റ് കണ്ണിൽപെടാതെ വയ്യ. അതുകൊണ്ടുതന്നെ ദിവസങ്ങളോളം അയാൾ ബാൽക്കണിയിലേക്ക് കടക്കാൻ മടിച്ചു. ആപ്പീസിലേക്കു പോവുമ്പോഴും തിരിച്ചുവരുമ്പോഴും പക്ഷേ എതിർ ബ്ലോക്കിലെ രണ്ടാം നിലയിലെ ശൂന്യതയുടെ കോണിൽ അയാളുടെ കണ്ണുകളുടക്കിപ്പോവും. പിന്നെ ആ മ്ലാനമായ സന്ധ്യയുടെ ഓർമ്മ അശരണതയേകുന്ന ചിന്തകളായി, വേദനയായി മനസ്സിൽ നിറയുകയായി.

അയാൾ ടെലഫോണിലൂടെ വിവരമറിയുകയായിരുന്നു- രാമസ്വാമിയുടെ ഭാര്യ മെഡിക്കൽകോളേജ് ഹോസ്പിറ്റലിൽ വച്ച് മരിച്ചു. ഡെഡ്ബോഡി നാട്ടിലേക്കു കൊണ്ടുപോവുന്നതിനുമുമ്പ് നമ്മുടെ കോളനിയിൽ എത്തും. അധികം വൈകില്ല....

ഓട്ടോറിക്ഷയിൽ കയറിയിരിക്കുമ്പോൾ അയാൾ ഓർത്തത് കോളനിയിലെ ആദ്യത്തെ മരണത്തെക്കുറിച്ചായിരുന്നു. പ്രസിദ്ധനായ ചിത്രകാരന്റെ മരണം. ഓർക്കാപ്പുറത്തുള്ള ആ വേർപാടിന്റെ വേദന ഒരു കല്ലിപ്പായി ഇപ്പോഴും അയാളുടെ മനസ്സിലുണ്ട്. ഇപ്പോഴിതാ കോളനിയിലെ രണ്ടാമത്തെ മരണം....

അന്നുരാത്രി അയാൾക്ക് ഉറങ്ങാനായില്ല. ആംബുലൻസിൽ, ഭാര്യയുടെ മൃതദേഹത്തിനരികെ, ഒന്ന് പൊട്ടിക്കരയുവാൻപോലുമാവാതെ, കല്ലിച്ചിരുന്ന രാമസ്വാമിയുടെ മടിയിൽ അപ്പാ എന്നു വിളിച്ച് എന്തെല്ലാമോ കൊഞ്ചിക്കൊണ്ടിരിക്കുന്ന രണ്ടു വയസ്സുകാരി... ആംബുലൻസ് പുറപ്പെടാൻ നേരം ആ കൊച്ചുമകളെ രാമസ്വാമിയുടെ മടിയിൽ വച്ചുകൊടുത്തത് അയാളായിരുന്നു. രാമസ്വാമിയും രണ്ട് മക്കളും കൂടി ഇനി കോളനിയിലെ വേനലിലേക്ക് തിരിച്ചുവരുന്നത് എന്നായിരിക്കും....

ബാൽക്കണിയിൽ ഇരുട്ടു നിറഞ്ഞു കഴിഞ്ഞിട്ടും അയാൾക്ക് ലൈറ്റിടണമെന്നു തോന്നിയില്ല. വേണ്ട, ഉഷ്ണം കൂടുകയേയുള്ളൂ. ബെഡ്റൂമിൽ നിന്നുള്ള വെളിച്ചത്തിന്റെ ചീളുകൾ ബാൽക്കണിയിലേക്ക് തെന്നി വീഴുന്നുമുണ്ട്. ഇപ്പോൾ വെളിച്ചമല്ല പ്രശ്നം, വെള്ളമാണ്. അയാളുടെ മനസ്സിൽ ഒരു വരണ്ട തമാശ പൊടിഞ്ഞു.

പതിവുപോലെ അയാൾ കാലത്തുതന്നെ കുളിക്കാനൊരുങ്ങിയതായിരുന്നു. അപ്പോഴാണ് ഭാര്യ പറഞ്ഞത് - ഉള്ള വെള്ളമെടുത്ത് കുളി പാസ്സാക്കല്ലേ. ഇന്ന് ഇത്തിരി കഴിഞ്ഞ് കുളിച്ചാലും കുഴപ്പമില്ലല്ലോ.

ആപ്പീസിലൊന്നും പോണ്ടല്ലോ...

അയാൾ വെള്ളത്തിനുവേണ്ടി കാത്തിരിക്കുക തന്നെയാണ്. ഇടക്കെപ്പോഴോ എഴുന്നേറ്റുപോയി ടാപ്പുകൾ തുറന്നുനോക്കുകയും ചെയ്തിരുന്നു. ഇപ്പോഴിതാ ദിനം സന്ധ്യയായവന്നു. കോളനിയിലെ കിണറിന്റെ ഉറവയും വേനൽ നക്കിത്തുടച്ചുവോ?

കുട്ടികൾ ടിവിയുടെ മുമ്പിലായിരിക്കുമെന്ന് അയാൾ ഊഹിച്ചു. കോളനിയിലെ വരൾച്ചയിൽ അവർക്ക് ആകെയുള്ള ആശ്വാസം. വെക്കേഷൻ ആയതോടെ നിയന്ത്രണങ്ങളിലെല്ലാം അയവു വന്നിരിക്കുകയുമാണല്ലോ. ഏതായാലും വാർത്ത ആരംഭിക്കുമ്പോൾ മക്കൾ എഴുന്നേൽക്കും. പിന്നെ ഒരു വിളിയാണ് -അച്ഛാ, അമ്മേ ന്യൂസ് തുടങ്ങി.....

അയാൾ മെല്ലെ എഴുന്നേറ്റു. കോളനിമുറ്റത്തേക്കിറങ്ങാം. അല്ലെങ്കിൽ ടെറസ്സിൽ പോയി ഇരിക്കാം. തെല്ലു കാറ്റെങ്കിലും കിട്ടാതിരിക്കില്ല.

വാതിൽ തുറന്ന് അയാൾ നടന്നത് ടെറസ്സിലേക്കുതന്നെയാണ്. ഓർമ്മത്തെറ്റുപോലെ വന്നെത്തുന്ന ഇളംകാറ്റ്. പൊടുന്നനെ ഓർമ്മകൾ സ്വന്തം ഗ്രാമത്തിലേക്കു കുതിക്കുന്നത് അയാൾ അറിഞ്ഞു. കൂട്ടുകാർക്കൊപ്പം മുണ്ടിയൻകാവ് പറമ്പിലെ പാറപ്പുറത്തിരുന്ന് സ്വപ്നങ്ങൾ കൈമാറിയ സന്ധ്യകൾ അയാളുടെ മനസ്സിൽ വിരിഞ്ഞു. ആ ഗ്രാമത്തിൽ പക്ഷേ അയാൾ ഇന്ന് ആരുമല്ല. അവിടേക്കാണ് അയാളുടെ മക്കൾ നീരുറവ തേടി പോകാനാഗ്രഹിക്കുന്നത്. അയാൾ മക്കളിൽനിന്ന് ഒഴിഞ്ഞുമാറുന്നത് വല്ലായ്മയോടെയാണ്;കുറ്റബോധത്തോടെയാണ്; നീറിപ്പിടിക്കുന്ന നൊമ്പരത്തോടെയാണ്. അതൊന്നും പക്ഷേ മക്കൾക്കറിഞ്ഞുകൂടാ. അറിയാതിരിക്കട്ടെ എന്നാണ് അയാൾ കരുതുന്നതും.

നീണ്ട വർഷങ്ങൾക്കുശേഷം അയാൾ ഈയിടെ ആ ഗ്രാമത്തിൽ പോവാൻ നിർബന്ധനായി. സാഹിത്യകാരനായ സുഹൃത്തിനെ അനുമോദിക്കാനായിരുന്നു. ആ ആഹ്ലാദത്തിൽ നിറഞ്ഞുനില്ക്കവേ, അയാൾ സ്വരൂപിച്ചു വച്ചിരുന്ന വാക്കുകളൊക്കെ ചിതറിപ്പോയി. സ്വതേ നല്ലൊരു പ്രഭാഷകനല്ലാത്ത അയാൾ ഉദ്വേഗഭരിതനുമായിരുന്നു. പ്രസംഗവേദിയിലേക്ക് കയറുന്നതിനുമുമ്പ്, പഴയ സുഹൃത്തുക്കൾക്കിടയിൽ, ഗുരുജനങ്ങൾക്കിടയിൽ അയാൾ ഒരാളെ തേടുകയായിരുന്നു. ഇല്ല. ആ മുഖം എങ്ങും കണ്ടില്ല. വേദിയിലിരിക്കുമ്പോഴും അയാളുടെ കണ്ണുകൾ സദസ്സിലൊക്കെ പരതി. അയാൾക്ക് എന്നും സ്നേഹവാത്സല്യങ്ങൾ പകർന്നുകൊടുത്ത, ഒരുപക്ഷേ അയാളെ ആ വേദിയിലിരിക്കാൻ പ്രാപ്തനാക്കിയ ആ ഒരാൾ അവിടെയെങ്ങും ഉണ്ടായിരുന്നില്ല...

ടെറസ്സിലൂടെ വന്നെത്തിയ പതിഞ്ഞ കാൽവെപ്പുകളുടെ ശബ്ദം അയാളെ ചിന്തയിൽനിന്നുണർത്തി.

അത് അയാളുടെ വേനലിൽ പൊരിയുന്ന മക്കൾ തന്നെയായിരുന്നു. അച്ഛനെ ഞങ്ങൾ എവിടെയൊക്കെ നോക്കി. എന്തിനാ ഈ വെറും നിലത്ത് കിടക്കുന്നത്... അമ്മ വിളിക്കുന്നുണ്ട്...

അയാൾ ഒരു ജാള്യത്തിൽനിന്നെന്നോണം തട്ടിക്കുടഞ്ഞ് എഴുന്നേറ്റു. ആകാശത്ത് ഒരു കുഞ്ഞുനക്ഷത്രം പോലുമില്ല. നേർത്ത കാറ്റും ഇപ്പോൾ വഴിവിട്ടു പോയിരിക്കുന്നു.

കുഞ്ഞുങ്ങളോടൊപ്പം ഇരുട്ടത്ത് തപ്പിപ്പിടിച്ച് നടക്കുമ്പോൾ ചോദിച്ചു- ഈ ഇരുട്ടത്ത് എന്തിനാ വന്നത്? അച്ഛനെ വിളിച്ചാൽ പോരായിരുന്നോ?

അപ്പോൾ കുട്ടൻ കുതൂഹലത്തോടെ പറഞ്ഞു - അച്ഛാ ഞങ്ങൾ പായ്ക്കു ചെയ്തുകഴിഞ്ഞു. നാളെയല്ലേ നാട്ടിലേയ്ക്കു പോണ്ടേ...?

അയാൾ ചോദിക്കാനാഞ്ഞു - അവിടെ ആരാണ് മക്കളേ നമ്മളെ കാത്തിരിക്കുന്നത്...!

പൊടുന്നനെ അയാൾ സ്വയം തിരുത്തുകയും ചെയ്തു. പാടില്ല. സ്നേഹബന്ധങ്ങൾ കൂടി വറ്റിവരളുന്ന വേനലിന്റെ കൊടുമയെക്കുറിച്ച് പാവം കുട്ടികൾ ഇപ്പോഴേ അറിയാതിരിക്കട്ടെ.

അയാൾ പറഞ്ഞത് ഇത്രമാത്രം- ശരി നമുക്ക് എവിടെയെങ്കിലും ഒരു യാത്ര പോവാം മക്കളേ....

പക

പാതിരാത്രിയിൽ അപ്പുണ്ണി ഞെട്ടിയുണർന്നു. തന്നെ ചൂഴ്ന്നുനില്ക്കുന്ന ഇരുട്ടിലേയ്ക്ക് തുറിച്ചുനോക്കി. ഒരുനിമിഷം കഴിഞ്ഞപ്പോൾ വ്യക്തമായി. ഇരുട്ടിൽ തപ്പുന്ന കിതപ്പിന്റെ ശബ്ദം. വളകിലുക്കം...

ചരുമുറിയിൽനിന്നാണ്. പണ്ടാരം; അപ്പുണ്ണി പിരാകി.

ഇനി ഇന്നുറക്കം വരില്ല. തലയിണയ്ക്കരികെ വച്ചിരുന്ന ബീഡിയും തീപ്പെട്ടിയും തപ്പിയെടുത്തു. ഒന്നു പതുക്കെ ചുമച്ചു, ബീഡിക്കു തീ കൊളുത്തി.

വളകിലുക്കം നിലച്ചു. അപ്പുണ്ണിയുടെ ഉള്ളിൽ അസ്വാസ്ഥ്യം. ഇരുട്ടിൽ തിളങ്ങുന്ന ബീഡിയുടെ ചോരക്കണ്ണ്.

ബീഡിയുടെ ചോരക്കണ്ണടഞ്ഞു. വളരെക്കഴിഞ്ഞ് അപ്പുണ്ണിയുടെ കണ്ണുകളുമടഞ്ഞു.

പുലർച്ചക്ക് കോഴി കൂവിയപ്പോൾ അപ്പുണ്ണി വീണ്ടും ഞെട്ടിയുണർന്നു. പണ്ടാരക്കോഴി. തള്ളയുടെ ലഗോൺ കോഴി. അങ്കവാലും ചുവന്നുവിരിഞ്ഞ പൂവും വെള്ളത്തൂവലുകളുമുള്ള പൂവങ്കോഴി. അതിനെ ശരിപ്പെടുത്തണം.

തേഞ്ഞിപ്പാലത്തുനിന്നു യശോദ കൊടുത്തയച്ചതാണത്രേ. തള്ള നടന്നുപറഞ്ഞിരുന്നു: ന്റെ മോള് കൊടുത്തയച്ചതാ. നാടനല്ല. ഞ്ഞിവിടത്തെ പെടക്കോയി വല്യ മുട്ടയിടും.

-ന്റെ മോള്...!

ഗോപാലൻ തള്ളയുടെ മകനാണ്. യശോദ മകളാണ്. നൊണ്ടിക്കാലൻ അപ്പുണ്ണി മകനല്ല.

അപ്പുണ്ണി ഒരീസം ചോദിക്കും. പണ്ടാരത്തള്ളേ ആദ്യം പെറ്റത് എന്നെയല്ലേ? നൊണ്ടിക്കാലനെ എന്തിനേ പെറ്റത്? ഒരീസം

ചോദിക്കാതിരിക്കില്ല...

വെളുപ്പാൻകാലത്തെ സുഖകരമായ ഉറക്കം നഷ്ടപ്പെട്ടു. ഉടുമുണ്ട് തലയിലൂടിട്ട് അപ്പുണ്ണി വീണ്ടും ചുരുണ്ടു.

ചരുമുറിയുടെ വാതിൽ തുറക്കുന്ന ശബ്ദം. ഗോപാലൻ ചത്തപോലെ കിടക്കുന്നുണ്ടാവും. അവന്റെ ഭാര്യ ദേവകി, സുന്ദരിക്കോത, മൂട്ടകുലുക്കിപ്പക്ഷി, ഉറക്കച്ചടവുള്ള കണ്ണുകൾ തിരുമ്മി പുറത്തു വന്നിട്ടുണ്ടാവും...

അപ്പുണ്ണി കൈകൾ തുടകൾക്കിടയിൽ വച്ച് ഒന്നുകൂടി ചുരുണ്ടു.

പിന്നെ പതിവുപോലെ തള്ളയുടെ പിറുപിറുക്കൽ. കിണറ്റിൻകരയിൽനിന്നു കപ്പിയുടെ ഓലിയിടൽ. അടുക്കളയിൽനിന്നു പാത്രങ്ങളുടെ കലമ്പൽ.

അപ്പുണ്ണി എല്ലാം ശ്രദ്ധിച്ചുകൊണ്ടു കിടന്നു. ബീഡി കഴിഞ്ഞല്ലോ എന്നോർത്തു.

-മാളേ കോവാലനെ വിളിച്ചില്ലേ? ഓന് കമ്പനീ പോണ്ടേ?

തെല്ലുകഴിഞ്ഞപ്പോൾ ചരുമുറിയിൽനിന്നു വളകിലുക്കം.

-നോക്കീന്ന്, ണീക്കണില്ലേ? നേരം ഒരുപാടായിട്ടോ...

ന്താ.... ഈ കളിക്കണെത്... ആയിട്ടോ...

അപ്പുണ്ണി തലയിൽനിന്നു മുണ്ടുപൊക്കി നോക്കി. ഓലക്കീറുകളിലൂടെ വെയിൽനാളങ്ങൾ എത്തിനോക്കുന്നു.

-എടാ അപ്പുണ്ണ്യേ നേരം എത്രായി. കോവാലൻ കുളീം കുറീം കഴിഞ്ഞ് കമ്പനീ പോയി. അണക്ക് ഞീം ണീക്കാറായില്ലേ?

അപ്പുണ്ണിയുടെ ഉള്ളിൽ അമർഷം. ഒന്നും മിണ്ടിയില്ല. രാവിലെതന്നെ എന്തെങ്കിലും പറഞ്ഞുപോവും.

-വേണോങ്കി ണീറ്റവന്ന് ചായ കുടിച്ചോ. ഇയ്ക്ക് ആ പെണ്ണിനേം കൂട്ടി ആസ്പത്രീ പോണം. ആ പെണ്ണിന് തീരെ സുകംല്ല്യ. അണക്ക് നേരത്തിന് തിന്നണം ന്നല്ലാതെ വേറെ ചിന്തൊന്നുംല്ല്യല്ലോ.

അപ്പുണ്ണി എഴുന്നേറ്റുനിന്നു പുളഞ്ഞു. നൊണ്ടിനൊണ്ടി കോലായിലെത്തി.

-പുന്നാരമോന്റെ ഭാര്യക്ക് സുഖമില്ലത്രേ... എന്നിട്ടാ രാത്രി മുഴുവൻ... എന്നെക്കൊണ്ട് പറയിക്കണ്ട.

പല്ലുതേച്ചുകൊണ്ട് മുറ്റത്തെ തൊണ്ണടർന്ന തിണ്ടിലിരിക്കുമ്പോൾ അപ്പുണ്ണി കണ്ടു; തള്ളയുടെ പൂവങ്കോഴിയെ നടു പൊട്ടിയ ഒരു ചീനച്ചട്ടിയുടെ കാതിൽ കെട്ടിയിരിക്കുന്നു.

കഴിഞ്ഞ ദിവസം തള്ള മരുമകളോടു പറയുന്നതു കേട്ടിരുന്നു: എപ്പോ നോക്യാലും കോഴി പടിഞ്ഞാറേലാ. അതു പറ്റൂല. അതിനായിട്ട് അവിടെ കൊറെ പെടക്കോഴികളും. അക്കളി പറ്റൂല. നാടൻ കോയ്യാച്ചാ.... സാര ല്യാന്ന് വെക്ക. ദേവക്യേ്യ... മ്മക്ക് അതിനെ കെട്ടിടണം.

അപ്പുണ്ണി കോലായിലെ കാലിളകിയ ബഞ്ചിൽ ചെന്നിരുന്നു. ചായയുടെ മീതെ ഒരു ബീഡിയും കൂടി വേണ്ടിയിരുന്നു.

ദേവകിയും തള്ളയുംകൂടി മുറ്റത്തേക്കിറങ്ങുന്നതു കണ്ടു. ആസ്പത്രീൽ പോവുമ്പോൾ ഇങ്ങനെ ചമയണോ. മൂടുകുലുക്കിപ്പക്ഷിയുടെ സുഖക്കേട്...

ഗോപാലനെയാ പറയേണ്ടത്.....

-യ്യ് എവടേക്കെങ്കിലും തണ്ടുവലിച്ച് പോവല്ലേ അപ്പണ്ണ്യേ, ഞങ്ങള് ആസ്പത്രീപോയി ഇപ്പോ വരാ....

തള്ളയുടെ തല....

അപ്പുണ്ണിയുടെ നാവുതരിച്ചു. മൂടുകുലുക്കി ഒന്നു കിണുങ്ങിയോ. അവളുടെ ശൃംഗാരം. പണ്ടാരങ്ങള്...

ഏകാന്തത. കാലിളകിയ പഴയ ബഞ്ച്. വലത്തെ കാലു കുഴഞ്ഞ അപ്പുണ്ണിയെന്ന യുവാവ്....

ഒരു ബീഡി കിട്ടിയിരുന്നെങ്കിൽ. മെല്ലെ നൊണ്ടി നൊണ്ടി ചരുമുറിയിലേക്കു കടന്നു. ചുമരിലെ പൊത്തിൽ കൈയിട്ടു നോക്കി. ഗോപാലൻ ബീഡി സൂക്ഷിക്കുന്ന സ്ഥലം. ഒരു സിഗരറ്റുകുറ്റിയാണ് കിട്ടിയത്. ഓ കല്യാണം കഴിഞ്ഞപ്പോൾ......

എളിയിൽനിന്നു തീപ്പെട്ടിയെടുത്തു. സിഗരറ്റുകുറ്റി പുകച്ചു. ആ ചരുമുറിയിലങ്ങനെ നില്ക്കാനൊരു സുഖം.

അയലിൽ കിടന്ന അടിപ്പാവാടയിൽ കണ്ണുകളുടക്കി. അവിടവിടെ നീലത്തിന്റെ കറ പിടിച്ച നേർത്ത മല്ലിന്റെ അടിപ്പാവാട. മൂലയിലെ വീഞ്ഞപ്പെട്ടിമേലെന്താണ്? അപ്പുണ്ണിയുടെ കണ്ണുകളിൽ കൗതുകം. പുതിയതരം മുലക്കച്ച... ഇതിനു മറ്റെന്തോ പേരാണെന്നോർത്തു എടുത്തു. വാതില്ക്കലേക്ക് ഒരുനിമിഷം നോക്കി. അതിന്റെ കൂർത്ത മുനകൾ നെഞ്ചോടു ചേർത്തുപിടിച്ചു വാസനിച്ചു.

അപ്പുണ്ണിയുടെ ഉള്ളിൽ ഏതോ ഒരു ലഹരി. തലകറക്കം. കറക്കമല്ല. ചെത്തുകാരൻ വേലുണ്ണിയേട്ടൻ തരാറുള്ള വലിയ ബീഡിയുടെ ഒരു പുകയെടുത്തതുപോലെ....

അപ്പുണ്ണി തിടുക്കത്തിൽ കോലായിലേക്കു കുതിച്ചു. വലതുകാലിന്റെ സ്വാധീനമില്ലായ്മപോലും വിസ്മരിച്ചുകൊണ്ട്. വീഴാൻ പോയി. വാതിലിൽ

പിടിച്ചു. ആയാസത്തോടെ, കിതപ്പോടെ കോലായിലെ ബഞ്ചിൽ ചെന്നിരുന്നു. അപ്പുണ്ണി മരിച്ചുപോയ, തലയിൽ കുടുമ വളർത്തിയിരുന്ന തന്തയെ ശപിച്ചു. പെറ്റ തള്ളയെ ശപിച്ചു. അപ്പുണ്ണി അപ്പുണ്ണിയെത്തന്നെ ശപിച്ചു.

കല്യാണം കഴിച്ച അനിയൻ ഗോപാലനെ പിരാകി. ഗോപാലന്റെ വിരിഞ്ഞ ചന്തിയുള്ള മൂട്ടകുലുക്കിപ്പെണ്ണിനെ പിരാകി. കല്യാണം കഴിച്ചയച്ച അനിയത്തി യശോദയെ പിരാകി...

കൊക്കൊക്കോ... കൊക്കൊ...

അപ്പുണ്ണി ഞെട്ടിയുണർന്നു. തള്ളയുടെ ലഗോൺ പൂവൻകോഴി കെട്ടിയിട്ട ചീനച്ചട്ടിയും വലിച്ച് പടിഞ്ഞാറേതിലെ പിടക്കോഴിയുടെ പിന്നാലെ പരക്കം പായുന്നു. പിടക്കോഴി പിടികൊടുക്കാതെ മുന്നിലും....

അപ്പുണ്ണി ബഞ്ചിൽനിന്നെഴുന്നേറ്റു. നൊണ്ടി നൊണ്ടി മുറ്റത്തേയ്ക്കിറങ്ങി. പൂവൻകോഴിയെ കെട്ടിയിരുന്ന തടിച്ച ചണനൂൽ വലിച്ചറുത്തു. അവൻ പിറുപിറുത്തു:

-കോഴി നൊണ്ടിക്കാലനല്ലല്ലോ പണ്ടാരങ്ങളേ.... അപ്പോൾ തെക്കേ വളപ്പിൽനിന്നുയർന്നുകേട്ടു.

കൊക്കൊക്കോ... കൊക്കൊ....

പടിഞ്ഞാറു നിന്നുള്ള കാറ്റ്

വിരിഞ്ഞ കണ്ണുകളും ചുരുണ്ട മുടിയുമുള്ള കിളരം കൂടിയ പെൺകുട്ടി എപ്പോഴും പടിഞ്ഞാറുവശത്തെ ജാലകം തുറന്നിട്ടു. പടിഞ്ഞാറൻ ചക്രവാളച്ചെരുവിലെ ചുവന്ന സന്ധ്യകളും തെളിഞ്ഞ സായാഹ്നങ്ങളും ആ കൊച്ചു മുറിയിൽ നിന്നും വളരെ അകലെയായിരുന്നു. ആ ചേതോഹര ദൃശ്യങ്ങളേകുന്ന അനുഭൂതികളാവട്ടെ അവൾക്ക് അന്യവുമായിരുന്നു.

നഗരത്തിന്റെ ഒടുങ്ങാത്ത മാലിന്യങ്ങൾ വിലയിച്ചു ചേർന്ന ഓട പടിഞ്ഞാറുവശത്തുകൂടെ ഇഴഞ്ഞു. ഓടയുടെ ദുർഗന്ധം വിതറിക്കൊണ്ട് പടിഞ്ഞാറുനിന്നു കാറ്റുവീശി. ആ കാറ്റിൽ ഏതോ സംഗീതത്തിന്റെ വ്യതിരിക്തമായ ധ്വനി അവളറിഞ്ഞു.

കിളരം കൂടിയ പെൺകുട്ടിയുടെ അനിയത്തി, കൗതുകം കത്തിനില്ക്കുന്ന നീണ്ട കണ്ണുകളും നെഞ്ചിൽ നനുത്ത മുനകളും പടപട ശബ്ദമുയർത്തുന്ന കട്ടിയുള്ള നീലപ്പാവാടയുമുള്ള കൊച്ചു പെൺകുട്ടി മൂക്കു വിടർത്തി, ചെടിപ്പ് കാണിച്ചുകൊണ്ട് പറയുമായിരുന്നു.

ആ ജനാല അടയ്ക്കരുതോ ചേച്ചീ? ഓടയിൽ നിന്നുള്ള നാറ്റം....

അപ്പോഴെല്ലാം കിളരം കൂടിയ പെൺകുട്ടിയുടെ മുഖക്കുരു പൊങ്ങിയ വീതി കുറഞ്ഞ നെറ്റിയിൽ വരകൾ വീഴുകയും മിഴികൾ ആഴങ്ങളിൽ മുങ്ങിയുയരുകയും ചെയ്തു. പിന്നീട് അനിയത്തിയോട്, അല്ല ആരോടെന്നില്ലാതെ പറയുമായിരുന്നു:

പടിഞ്ഞാറുനിന്നുള്ള കാറ്റിൽ ഓടയുടെ ദുർഗന്ധമുണ്ടല്ലേ? ആ അഴുക്കും ചെളിയും ആരുണ്ടാക്കിയതാണ്? നീയും ഞാനും. ഇവിടത്തെ പുഴുക്കളായ മനുഷ്യർ. ജന്മംകൊണ്ട് ശപിക്കപ്പെട്ടവർ. ജന്മപാപം പേറി അലയുന്നവർ....

കിളരം കൂടിയ പെൺകുട്ടിയുടെ ഇലാസ്റ്റിക്കിൽ വീർപ്പുമുട്ടുന്ന കനത്ത മാറിടം ഉയരുകയും താഴുകയും ചെയ്യുമായിരുന്നു. കൗതുകം കത്തുന്ന കണ്ണുകളുള്ള, നെഞ്ചിൽ നനുത്ത മുനകളുള്ള നീലപ്പാവാടക്കാരി മൂക്കത്തു വിരൽവച്ച് ചോദിക്കുമായിരുന്നു :

ചേച്ചി എന്നിട്ട് ആ ഓടയിൽ മുങ്ങി കുളിക്കുന്നില്ലല്ലോ. ചേറിൽ പുരണ്ടു നടക്കുന്നില്ലല്ലോ. ശൗച്യം ചെയ്യാതിരിക്കുന്നില്ലല്ലോ....

ഇലാസ്റ്റിക്കിൽ വീർപ്പുമുട്ടുന്ന കനത്ത മാറിടം ഒരു താളത്തിനെന്നോണം ഉയർത്തുകയും താഴ്ത്തുകയും ചെയ്ത് വിരിഞ്ഞ കണ്ണുകളും ചുരുണ്ട മുടിയുമുള്ള കിളരം കൂടിയ പെൺകുട്ടി പറയുമായിരുന്നു :

ഇല്ല, എനിക്കതിനാവുന്നില്ല. അതാണെന്റെ ട്രാജഡി

ജന്മപാപത്തിന്റെ സമസ്തവേപഥുവും ഉള്ളിലൊതുക്കി, ആസന്നമരണചിന്തകളുമായി കിളരം കൂടിയ പെൺകുട്ടി കുടുസ്സായ സ്വന്തം മുറിയിൽ. കൊട്ടിയടച്ച പടിഞ്ഞാറേ ജാലകം കാൺകെ, വിരിഞ്ഞ കണ്ണുകളിൽ രോഷത്തിന്റെ അലകൾ. തിടുക്കത്തിൽ വിടർന്ന ജാലകപാളികൾ. കലങ്ങിയ വെളിച്ചത്തിന്റെ തിരകൾ. പടിഞ്ഞാറൻ കാറ്റ്. ഓടയുടെ ഗന്ധം. നഗരത്തിന്റെ മാലിന്യങ്ങൾ നുര കുത്തിയൊഴുകുന്ന ഓടയുടെ സംഗീതം. മലവും മൂത്രവും ശുക്ലവും ആർത്തവരക്തവും. സിഫിലിസ് പൂക്കൾ. ഗൊണോറിയയുടെ പരാഗം. മാലിന്യങ്ങളുടെ സംയോഗം. മാലിന്യങ്ങളുടെ സംഗീതം. ദുരന്തത്തിന്റെ ഗാഥ. ഹായ് ഹായ്...

കിളരം കൂടിയ പെൺകുട്ടിയുടെ കണ്ണിനു കീഴെ കറുപ്പു പടർന്നു. കൺപോളകൾ കനത്തു. മേശപ്പുറത്തു പുസ്തകങ്ങളുടെ കൂമ്പാരം. തടിച്ച പുസ്തകങ്ങളുടെയിടയിൽ കൈവെള്ളയിലൊതുക്കാവുന്ന കൊച്ചു പുസ്തകങ്ങൾ. ഏതോ തുരുമ്പുപിടിച്ച ആശയങ്ങളുടെ രാകി കൂർപ്പിച്ച അക്ഷരങ്ങൾ നിറഞ്ഞ പുസ്തകങ്ങൾ....

മലർക്കെ തുറന്നിട്ട ജാലകത്തിലൂടെ പടിഞ്ഞാറൻ കാറ്റിന്റെ അസ്പഷ്ടരോദനം. വിരിഞ്ഞ കണ്ണുകളും ചുരുണ്ട മുടിയും കനത്ത മാറിടവുമുള്ള കിളരം കൂടിയ പെൺകുട്ടി ആസന്ന മരണചിന്തകളുമായി ഇരുന്നു.

ഒരു ഈറൻ പ്രഭാതത്തിൽ ബാത്ത്റൂമിൽ പതിവിലേറെ സമയം ചെലവഴിച്ച് ഏതോ ജാള്യം പറ്റിയ ഭാവവുമായി പുറത്തേയ്ക്ക് പതുങ്ങിവന്ന, കിളരം കൂടിയ പെൺകുട്ടി അസുഖകരമായ വാർത്തയുടെ മുന്നിൽ. അനിയത്തിക്കുട്ടി കട്ടിയുള്ള നീലപ്പാവാടയുടെ പടപടശബ്ദമൊതുക്കി, കണ്ണുകളിൽ പുഞ്ചിരി ചാലിച്ച്, കൈയിൽ ദിനപത്രവുമെടുത്തു മുന്നിൽ. കുതൂഹലത്തിന്റെ കളകൂജനം ഇതായിരുന്നു:

ചേച്ചിയുടെ റിസൽട്ട് വന്നു. പാസ്സായി. ക്ലാസ്സുണ്ട്....

വിടർന്ന കണ്ണുകളിൽ ഇച്ഛാഭംഗം. ജീവിതത്തിന്റെ കുരുക്കുകളിൽ ഒരു കെട്ടുകൂടി. ഇക്കണോമിക്സിൽ ഒരു ബിരുദം. വിലയില്ലാത്ത ഒരു [illegible] തെണ്ടൽ. എസ്റ്റാബ്ലിഷ്മെന്റിന്റെ വിസ്തൃതമായ വലയിൽ ഒരു ഇര...

പൊടുന്നനെ ഒരിക്കലും കണ്ടിട്ടില്ലാത്ത കവിയുടെ മുഖം സങ്കല്പത്തിൽ. ജന്മപാപത്തിന്റെ കൊടിയ ദുഃഖത്തെ പ്രതി, മരണത്തിന്റെ മനോഹാരിതയെ പ്രതി വരികൾ നീട്ടിയെഴുതുന്ന കവി. എസ്റ്റാബ്ലിഷ്മെന്റിനെതിരെ അക്ഷരങ്ങൾ കൊണ്ട് അസ്ത്രമെയ്യുന്ന കവി. എന്റെ വിമൂക ദുഃഖങ്ങൾ, വിഹ്വലതകൾ അങ്ങറിയുന്നുണ്ടോ? അഡ്രസ്സ് തേടിപ്പിടിച്ച് ഒരിക്കൽ എഴുതിയപ്പോൾ പച്ച മഷിയിലുള്ള മറുപടി-എന്റെ കവിതയിലൂടെ എന്നെ അറിയുക. കവിതയിലൂടെ എന്നോടൊപ്പം വരിക...

നിശ്ചലമായ ഏതാനും നിമിഷങ്ങൾക്കു ശേഷം ആ വാടിയ ചുണ്ടിൽനിന്നും കൊഴിഞ്ഞുവീണത് ഇത്രയുമായിരുന്നു-ഇല്ല, ഇല്ല. എനിക്ക് ആഹ്ലാദിക്കാനാവുന്നില്ല. ഇത് മറ്റൊരു ശാപം... അനിയത്തിക്കുട്ടിയുടെ, നെഞ്ചിൽ നനുത്ത മുനയുള്ള നീലപ്പാവാടക്കാരിയുടെ ചുവന്ന നേർത്ത ചുണ്ടുകൾ കോടി;

എന്നാ പിന്നെ എന്തിനേ ചേച്ചി കോളേജിൽ പോയിരുന്നത്? പരീക്ഷക്കിരുന്നത്? ക്ലാസ്സു വാങ്ങി പാസ്സായത്...?

നീലപ്പാവാടയുടെ പടപടശബ്ദം അകന്നുനീങ്ങവെ, പിറകിൽ ഉയർന്ന ഈറൻ മന്ത്രം ഇതായിരുന്നു-അതെ, അതാണെന്റെ ട്രാജഡി.

വിഷം പോലെ കനത്തുനീലിച്ച ഇരുട്ട്. ഓടയെ തഴുകി കടന്നുവരുന്ന പടിഞ്ഞാറൻ കാറ്റ്. വിയർപ്പിന്റെയും കാറിയ എണ്ണയുടെയും വാട ചുരത്തുന്ന കിടക്കയിൽ അസ്വസ്ഥ താരുണ്യത്തിന്റെ നീറിപ്പടരുന്ന ഊഷ്മളത. എന്റെ വ്യക്തിദുഃഖങ്ങൾ ആരുമറിയുന്നില്ല. ജോലിക്ക് അപേക്ഷ അയക്കണമത്രേ! വിവാഹത്തിന് സമ്മതിക്കണമത്രേ! ഏതെങ്കിലും ഒരു ആപ്പീസിൽ മിനുട്ടുകളുടെയും മണിക്കൂറുകളുടെയും തടവുകാരിയായി അച്ചിലിട്ടപോലെ കഴിയുക! ആയുഷ്കാലം മുഴുവൻ ഒരു പുരുഷന്റെ കൂടെ ജീവിക്കുക! അയാളുടെ വിയർപ്പിലും ഗന്ധത്തിലും മുട്ടിയുരുമ്മി തുടരെത്തുടരെ അയാളുടെ കുട്ടികളെ പ്രസവിച്ച് ..... ഓ..ഓർത്തുകൂട. വാട്ട് എ പിറ്റി! അച്ഛന്റെയും അമ്മയുടെയും സ്വപ്നമാണത്രേ.

അച്ഛൻ, അമ്മ, അനിയത്തി... ഇല്ല എനിക്കാരെയും പരിചയമില്ല. എനിക്ക് എന്നെത്തന്നെ പരിചയമില്ല. നാം ഏതോ യാത്രക്കാർ. ഇവിടെ ഒരു വഴിയമ്പലം. ശാശ്വതസത്യം മരണം മാത്രം....

ഇതാ ആ നിമിഷം കൈപ്പിടിയിൽ.

ചുരുണ്ട മുടിയും കനത്ത മാറിടവും വിരിഞ്ഞ കണ്ണുകളുമുള്ള കിളരം കൂടിയ പെൺകുട്ടി റേഡിയോസ്റ്റേഷന്റെ പടിവാതില്ക്കൽ കുതൂഹലത്തോടെ, ആശ്ചര്യഹർഷത്തോടെ, അല്പം സംഭ്രാന്തിയോടെ.

ഒടുവിൽ അദ്ദേഹം, എസ്റ്റാബ്ലിഷ്മെന്റിനെതിരെ അക്ഷരങ്ങൾകൊണ്ട് യുദ്ധം ചെയ്യുന്ന കവി പ്രത്യക്ഷപ്പെട്ടു. കൂടെ കവിത പോലൊരു പെണ്ണുമുണ്ടായിരുന്നു.

ചുരുണ്ടമുടിയുള്ള കിളരം കൂടിയ പെൺകുട്ടിക്ക് ഒരുനിമിഷം ശബ്ദിക്കാനായില്ല. സങ്കല്പത്തിൽ വിരിയിച്ചെടുത്ത കവിയുടെ രൂപം ഇതായിരുന്നില്ല. പരുക്കൻ പ്രകൃതം. ജീവിതത്തിന്റെ പാരുഷ്യവും സംത്രാസവും മടുപ്പും അലക്ഷ്യതയും സ്ഫുരിക്കുന്ന ആ മുഖമെവിടെ, ജീവിതത്തിന്റെ ഭദ്രതയും പ്രശാന്തിയും കുളിർമയും പ്രകാശിക്കുന്ന ഈ സുന്ദരമുഖമെവിടെ!

എസ്റ്റാബ്ലിഷ്മെന്റിനെതിരേയുള്ള നിരന്തര സമരത്തിനിടയിൽ റേഡിയോസ്റ്റേഷനിൽ റിക്കാർഡിംഗിനുവന്ന കവിക്ക് ഏറെ സമയമുണ്ടായിരുന്നില്ല.

എങ്കിലും കനത്ത മാറിടമുള്ള, വിരിഞ്ഞ കണ്ണുകളുള്ള, കിളരം കൂടിയ പെൺകുട്ടിയെ കണ്ടതിൽ സന്തോഷമെന്നു പറഞ്ഞു. എല്ലാ കത്തുകൾക്കും മറുപടി പ്രതീക്ഷിക്കരുതെന്നു പറഞ്ഞു. വലിയൊരു ബാങ്കിന്റെ ഭരണാധിപനായതിന്റെ സമയക്കുറവിനെപ്പറ്റി പറഞ്ഞു. ഏതോ എസ്റ്റേറ്റുടമയുടെ മകളായ കൊന്നപ്പൂവിന്റെ നിറമൊത്ത ഭാര്യയെ പരിചയപ്പെടുത്തി. അവസാനത്തെ വാചകം പറയുമ്പോൾ കവി കാറിന്റെ ഡോർ തുറക്കുകയായിരുന്നു.

കറുത്ത പാതയിലൂടെ കവിയുടെ കാർ ഒഴുകി. മനസ്സിലൂടെ എന്തോ വാർന്നൊഴുകി പോകുന്നുവോ? കാറ്റാടിമരങ്ങളുടെ അവിരാമമായ ദുഃഖസംഗീതം. പാതയോരത്തു കാത്തുനില്ക്കുന്ന ഓട്ടോറിക്ഷ. മുഖം വിവർണ്ണമായ കിളരം കൂടിയ പെൺകുട്ടി ഏതോ കൈത്തെറ്റ് സ്വയം കണ്ടെത്തിയ ചാരിതാർത്ഥ്യത്തോടെ, കനം കുറഞ്ഞ മനസ്സോടെ സാവധാനത്തിൽ ഓട്ടോറിക്ഷയിലേക്ക്.

സൂചീമുഖി, കരയാതെ

പ്രദർശനനഗരിയുടെ കവാടത്തിങ്കൽ, തികച്ചും യാദൃച്ഛികമായി അയാളെ കണ്ടപ്പോൾ ആ പഴയ സംഭവം മനസ്സിൽ മിന്നി. ജീവകാരുണ്യത്തിന്റെ പ്രകടിതരൂപമായ ആ മനുഷ്യനിൽ പോറലേല്പിക്കുവാൻ വർഷങ്ങൾക്ക് ഏറെയൊന്നും കഴിഞ്ഞിട്ടില്ലെന്നും തോന്നി.

ആ തൂവെള്ള ഖദർ ജൂബ്ബയും സദാ മന്ദസ്മേരം തൂകുന്ന കരുണ കിനിയുന്ന കണ്ണുകളും ജന്തുഹിംസാനിവാരണസംഘം ഭാരവാഹിക്ക് യോജിക്കുന്നതുതന്നെ. അയാളുടെ മിനുത്ത മാംസളമായ കവിളുകൾ ശോണിമയണിഞ്ഞത് കൂടെയുണ്ടായിരുന്ന പുഷ്ടനിതംബിനികളുടെ, പട്ടുചേലകളുടെ ഉദാരസാമീപ്യം കൊണ്ടുതന്നെ.

അയാളെ കണ്ടുമുട്ടിയ സന്ദർഭത്തിൽ ഞാനറിയാതെ എന്റെ മുഖത്ത് ഭാവഭേദം വന്നിരിക്കാം. അതുകൊണ്ടാവാം എന്റെ ഭാര്യ അല്പം കുസൃതിയോടെ എന്നെയും പിന്നെ ആ പുഷ്ടനിതംബിനികളെയും അവരോടൊത്തുള്ള തൂവെള്ള ഖദർ ജൂബ്ബക്കാരനെയും നോക്കിയിരിക്കുക. പിന്നീട് മൈതാനത്തിന്റെ നടുവിൽവച്ച് അതേക്കുറിച്ച് സംസാരിക്കുവാൻ തുനിഞ്ഞിരിക്കുക.

അരുമയായ നിമിഷങ്ങളിൽ ഞാൻ സൂചീമുഖി എന്നു വിളിക്കുന്ന എന്റെ ഭാര്യ എല്ലാ പെൺകിടാങ്ങളേയുംപോലെ സംസാരപ്രിയതന്നെ. അന്യസ്ത്രീകളുടെ കുറ്റവും കുറവും കണ്ടുപിടിക്കുവാൻ കൗതുകമുള്ളവൾ തന്നെ. പരദൂഷണമെന്ന സ്ത്രീകളുടെ മാത്രമായ കൗശലം വേണ്ടുവോളമുള്ളവൾതന്നെ.

അമ്യൂസ്മെന്റ് പാർക്കിനരികെ, മൈതാനത്തിലെ ജനസാന്ദ്രത കുറഞ്ഞ മൂലയിൽ ഞങ്ങളിരുന്നു. ഒരു ഭാരം ഒഴിവാക്കുന്ന മട്ടിൽ, ആഴം കുറഞ്ഞ മനസ്സിന്റെ ജ്വലനം പോലുള്ള ഒരു കള്ളച്ചിരി വിതറി ഭാര്യ കുഞ്ഞിനെ എന്റെ മടിയിൽ വച്ചു. സോയമോൾ കുഞ്ഞിപ്പല്ലുകൾ

പ്രദർശിപ്പിച്ച് ചിരിച്ചു. സൂചീമുഖി എനിക്കു നല്കിയ സമ്മാനം. എന്റെ പൂച്ചക്കണ്ണുകളോ, അവളുടെ അല്പം കൂർത്ത മുഖമോ ഇല്ലാത്ത ഞങ്ങളുടെ ഓമന. തൂവലുകൾ കിളിർത്തിട്ടില്ലാത്ത എന്റെ പക്ഷിക്കുഞ്ഞ്.

സൂചീമുഖി ചിറകുകളൊതുക്കി ഒന്നുകൂടി എന്നോടുരുമ്മിയിരുന്നു. വർണ്ണങ്ങളും നാദങ്ങളും ആലക്തിക ദീപങ്ങളും ചൊരിഞ്ഞ അത്ഭുതങ്ങളിലേയ്ക്ക് മിഴിനട്ട് സോയമോൾ ആഹ്ലാദത്തിന്റെ സ്വരങ്ങൾ പുറപ്പെടുവിച്ചു. തള്ളപ്പക്ഷി തെല്ലൊരു അഭിമാനത്തോടെ, ഗർവോടെ, സുരക്ഷിതബോധത്തോടെ ആൾക്കൂട്ടത്തെ നോക്കിയിരുന്നു. എന്റെ ശ്രദ്ധയെ ഇടയ്ക്കിടയ്ക്ക് നുള്ളിയുണർത്തി അവൾ കുറുകിക്കൊണ്ടിരുന്നു. ആ മധ്യവയസ്കകളുടെ ഫാഷൻ ഭ്രമത്തെക്കുറിച്ചും അവരെ തെളിച്ചുനടന്ന തൂവെള്ള ഖദർ ജൂബ്ബക്കാരന്റെ ഭാവഹാവാദികളെക്കുറിച്ചുമായിരുന്നു സൂചീമുഖി കൊക്കു പിളർത്തി പാടിക്കൊണ്ടിരുന്നത്.

എന്റെ പ്രതികരണമെന്തെന്ന് അവൾ ശ്രദ്ധിക്കുന്നുണ്ടായിരുന്നില്ല. എങ്കിൽ സംസാരം തുടരുമായിരുന്നില്ലല്ലോ. ഞാൻ മറ്റൊരു ലോകത്തായിരുന്നു. അവിടെ പ്രകാശം പരത്തുന്ന ആലക്തിദീപങ്ങളില്ല. കണ്ണഞ്ചിപ്പിക്കുന്ന വർണ്ണ വൈവിധ്യങ്ങളില്ല. സൂചീമുഖിപ്പക്ഷിയുടെ കളകൂജനമില്ല. ചിറകുകൾ മുളച്ചിട്ടില്ലാത്ത അരുമയായ പക്ഷിക്കുഞ്ഞില്ല. തെല്ലുകഴിഞ്ഞപ്പോൾ എന്റെ ഉദാസീനത ഭാര്യ തൊട്ടറിഞ്ഞിരിക്കണം. അവൾ തട്ടിക്കുടഞ്ഞെഴുന്നേറ്റു.

'എത്രനേരമായി ഇവിടെ ഇരിക്കുന്നു. നമ്മൾക്ക് ആ സ്റ്റാളിലൊക്കെയൊന്നു പോവ്വാം...'

'എനിക്കൊട്ടും താൽപര്യമുണ്ടായിരുന്നില്ല.

'നീ പോയിവാ. ഞാനും മോളും ഇവിടെ ഇരിക്കാം.'

ഞാൻ അവളുടെ നീരസഭാവം പ്രതീക്ഷിച്ചു. എന്നാൽ അതുണ്ടായില്ല. അവൾ തെല്ലു കുസൃതിയോടെ പറഞ്ഞു:

'എനിക്കത്ര പേട്യൊന്നും ല്യ.....'

'ഉണ്ടെന്നു ആരു പറഞ്ഞു. ഒന്നുല്ല്യെങ്കിൽ നീ ആ കുന്നിൻ മോളിലെ കോളേജിൽ അഞ്ചുകൊല്ലം പഠിച്ചവളല്ലേ?'

പൊടിച്ചുവന്ന ചിരിയെ അവൾ ചുണ്ടുകൾക്കിടയിലിട്ടു ഞെരിച്ചു, മെല്ലെ അവിടെനിന്നു നീങ്ങി.

അസമയത്തെ വിരുന്നുകാരനെപ്പോലെ ആ ഖദർജൂബ്ബക്കാരൻ വീണ്ടും ഓർമ്മയിൽ കയറിപ്പറ്റുന്നു. അയാളുടെ ജീവകാരുണ്യം പതഞ്ഞൊഴുകിയ രംഗം.... വർഷങ്ങളായിരിക്കുന്നു....

നഗരത്തിലെ ഒരു ബസ് സ്റ്റോപ്പ്. നഗരാതിർത്തിക്കപ്പുറത്തേക്കുള്ള ബസ്സിന്റെ പൊടിപുരണ്ട മുഖം കാത്തു അക്ഷമയോടെ ഞാൻ. കാത്തിരിപ്പിന്റെ ചെടിപ്പറ്റ അസംഖ്യം മുഖങ്ങൾ വേറെയും. തെറിച്ചുവീഴുന്ന ശാപവചസ്സുകൾ. ഏതെല്ലാമോ ബസ്സുകൾ ആളുകളെ തുപ്പി, വിഴുങ്ങി കടന്നുപോകുന്നു. എന്റെ അനന്തമായ കാത്തുനില്പ്....

അപ്പോഴാണ് ശ്രദ്ധയിൽപ്പെട്ടത്. തൊട്ടപ്പുറത്ത് ഒരു ചെറിയ ആൾക്കൂട്ടം. വെറുതെയൊന്ന് തലയിട്ടുനോക്കി. നഗരത്തിലെ സാധാരണ ദൃശ്യം. ഒരു പാമ്പാട്ടിയും കുടുംബവും. അവരുടെ ദൈന്യത്തിന്റെ പ്രകടനങ്ങൾ. ഒരു തമിഴൻ പാമ്പാട്ടി. മുഷിഞ്ഞ ചേലയും തിളങ്ങുന്ന മൂക്കുത്തിയുമുള്ള പൊണ്ടാട്ടി. നെഞ്ചത്ത് എല്ലിൻകൂടുയർന്ന, മൂക്കട്ടയൊലിപ്പിക്കുന്ന കറുത്ത കുട്ടികൾ.

പാടിപ്പഴകിയ ഏതോ പാട്ട് വികൃതമായി മൂളുന്നതുപോലെ പൊണ്ടാട്ടി ഒരു ചെറിയ തോൽച്ചെണ്ടയിൽ അടിച്ചുകൊണ്ടിരിക്കുന്നു. പാമ്പാട്ടി തമിഴും മലയാളവും കലർത്തി നിറുത്താതെ സംസാരിച്ചുകൊണ്ടിരുന്നു. സംസാരത്തിന്റെ പൊരുളിതായിരുന്നു: നിമിഷങ്ങൾക്കുള്ളിൽ കൊട്ടയ്ക്കുള്ളിലിരിക്കുന്ന ഉഗ്രൻ മൂർഖൻ പാമ്പ് അനുസരണത്തോടെ പത്തിവിടർത്തി ആടുന്നതുകാണാം. മാന്യമഹാജനങ്ങളേ കാണുവിൻ, ആസ്വദിക്കുവിൻ....

പാമ്പാട്ടി മകിടിയൂതാൻ തുടങ്ങി. ഒന്നുരണ്ടുവട്ടം പാമ്പിനെ അടക്കിവച്ച കുട്ടയ്ക്കുപുറത്തു മെല്ലെ അടിച്ചു. പാമ്പിന്റെ സീൽക്കാരം കേൾക്കായി. ഒടുവിൽ കുട്ട തുറന്നു. പാമ്പാട്ടിയെപ്പോലെതന്നെ ക്ഷീണം ബാധിച്ച, തൊലിയുരിഞ്ഞ പാമ്പ്. മകിടിയൂതുന്നതിനനുസരിച്ച് പാമ്പ് ആടി. തോൽച്ചെണ്ടയുടെ ശബ്ദം നേർത്തു നേർത്ത് ഇല്ലാതായി. ആൾക്കൂട്ടം യാതൊരു വികാരവും ഇല്ലാതെ നിന്നു. മകിടിയൂതി പാമ്പാട്ടി ക്ഷീണിച്ചു. ആടിയാടി പാമ്പു ക്ഷീണിച്ചു. പൊണ്ടാട്ടി ഒരലൂമിനിയം പ്ലേറ്റയർത്തി ജനക്കൂട്ടത്തിനുനേരെ കൈനീട്ടി. ആളുകൾ ഒഴിഞ്ഞുമാറി. ആ അലൂമിനിയം പ്ലേറ്റിലേക്ക് ഒരു തുട്ടുപോലും വന്നുവീണില്ല. ഞാൻ എന്റെ പോക്കറ്റിലേയ്ക്ക് വെറുതെ കണ്ണോടിച്ചു. അല്പം മുമ്പേ സിഗരറ്റു വാങ്ങിയിരുന്നില്ലെങ്കിൽ... ബസ്സിനു പോകേണ്ടിയിരുന്നില്ലെങ്കിൽ....

ഹതാശയായ ആ അമ്മ വയറൊട്ടിയ തന്റെ മക്കളുടെയടുത്ത്, തോൽച്ചെണ്ടയെടുത്തുവച്ച് ഇരുന്നു. പാമ്പാട്ടി വിയർപ്പിൽ കുളിച്ചു. അയാളുടെ കണ്ണുകൾ ചുവന്നു കലങ്ങി. ശബ്ദത്തിനു വീറും മുഴക്കവും കൂടി. തമിഴും മലയാളവുമിട്ടു കുലുക്കി: മാന്യമഹാജനങ്ങളേ ഒരത്ഭുതം കാണാൻ തയ്യാറെടുക്കുവിൻ. കീരിയും പാമ്പും തമ്മിലുള്ള ഉഗ്രൻ

പോരാട്ടം. പിന്നെ പൊണ്ടാട്ടിയുടെ നേരേ തിരിഞ്ഞു തമിഴിലൊരു ആക്രോശം. പൊണ്ടാട്ടി ഒരു പാവയെപ്പോലെ ചെണ്ട കൊട്ടുവാൻ തുടങ്ങി. സീൽക്കാരം പുറപ്പെടുവിച്ചുകൊണ്ട് ആദ്യം പാമ്പ് പുറത്തുവന്നു. പിന്നെ ഘോരക്കണ്ണുകൾ മിഴിച്ചു. മുരണ്ടുകൊണ്ട് തുറന്ന കൂട്ടിൽ നിന്നു കീരി വന്നു. ഉഗ്രൻ പോരാട്ടം ആരംഭിച്ചു. ജനം തെല്ല രസത്തോടെ നോക്കിനിന്നു.

അപ്പോഴാണ് അയാൾ വന്നത്. ആ തൂവെള്ള ഖദർ ജൂബ്ബക്കാരൻ. അയാൾ മുഖമുയർത്തി ആദ്യം ജനാവലിയെ വീക്ഷിച്ചു. പിന്നീട് ഗൗരവ സ്വരത്തിൽ പാമ്പാട്ടിയെ വിളിച്ചു:

'ടേയ്....'

പാമ്പാട്ടിയുടെ കലങ്ങിയ കണ്ണുകൾ അയാളുടെ നേരേ ഒരുനിമിഷം തുറിച്ചുനിന്നു.

'നിർത്ത്... താൻ മനുഷ്യനാണോ... ഈ മിണ്ടാപ്രാണികളെക്കൊണ്ട് ഇങ്ങനെ...'

'സാറ് സാറിന്റെ പാട്ടിനു പോ.... കൊളന്തകള് ഇന്നേക്ക് പട്ടിണിയാ സാറെ...'

തമിഴും മലയാളവും നുള്ളിപ്പെറുക്കാൻ പാമ്പാട്ടി ആയാസപ്പെട്ടു.

തന്നെ മര്യാദ പഠിപ്പിച്ചുതരാം...

ജൂബ്ബക്കാരൻ നെഞ്ചുവിരിച്ചു എവിടേയ്ക്കോ കുതിച്ചു.

ആൾക്കൂട്ടത്തിൽനിന്നു ആരോ പറഞ്ഞു:

മൂപ്പര് എസ്.പി.സി.എ.യുടെ ആളാ....

ഇത്തവണ അലൂമിനിയം പ്ലേറ്റെടുത്തത് ആ കരുമാടിക്കുട്ടന്മാരിലൊരുവനായിരുന്നു. കൊച്ചുപയ്യൻ ജനക്കൂട്ടത്തിനുനേരെ കൈനീട്ടിക്കൊണ്ടിരുന്നപ്പോൾ, ജീവകാരുണ്യം കിനിയുന്ന കണ്ണുകളുമായി ജൂബ്ബക്കാരൻ തിരിച്ചുവന്നു. കൂടെ ഒരു പോലീസുകാരനുമുണ്ടായിരുന്നു. പിന്നെ പതിവനുസരിച്ചുള്ള ചടങ്ങുകൾ...

ഒരു സാരിക്കാരി അരികിലൂടെ കടന്നുപോയപ്പോൾ സോയമോൾ കുഞ്ഞിക്കൈകൾ ചൂണ്ടി കൊഞ്ചി: മ്മ്...മ്മ.

മകൾ അമ്മയെ അന്വേഷിക്കാൻ തുടങ്ങിയിരിക്കുന്നു. ഒരുവേള അടുത്തനിമിഷം അവൾ തന്റെ ആയുധം പ്രയോഗിച്ചെന്നും വരാം. മെല്ലെ എഴുന്നേറ്റു. സൂചീമുഖിയെത്തേടി നീങ്ങവേ, പെട്ടെന്ന് കറന്റ് പോയി. പ്രദർശനനഗരി ഒരുനിമിഷം ഇരുട്ടിൽ. അവിടവിടെ കീരിയുടെ

കണ്ണുപോലെ വെളിച്ചത്തിന്റെ ചുവന്ന പൊട്ടുകൾ. തൊട്ടടുത്ത സ്റ്റാളിൽ നിന്നുയർന്ന ഒരു ബഹളത്തോടൊപ്പം വെളിച്ചം അടർന്നുവീണു. അവിടേക്കു കുതിച്ചു.

ആ സ്റ്റാളിന്റെ പുറത്തേക്കുള്ള വഴിയിൽ ഒരു ചെറിയ ആൾക്കൂട്ടം. ഞാൻ നടുങ്ങിപ്പോയി. എന്റെ സൂചീമുഖി ഒരു നനഞ്ഞ കോഴിയെപ്പോലെ അവിടെ നില്ക്കുന്നു. ആരെല്ലാമോ തിരക്കുന്നു:

എന്താണ്? എന്താണ്?

എല്ലാം മനസ്സിലാക്കാൻ ഏറെ സമയം വേണ്ടിവന്നില്ല.

എനിക്കു ലജ്ജയും അപരാധബോധവും തോന്നി. ഭാര്യയുടെ നനഞ്ഞ കണ്ണുകൾ എന്നെ വീർപ്പുമുട്ടിച്ചു. ഒരായിരം കണ്ണുകൾക്കു മുമ്പിൽ നഗ്നനാക്കപ്പെട്ടവന്റെ ജാള്യം മനസ്സിൽ. ഭാര്യയുടെ തളർന്ന കൈപിടിച്ചു നീങ്ങവേ ഒരു ശബ്ദം:

'മിസ്റ്റർ നിങ്ങൾ അവരെ തനിച്ചു വിടേണ്ടിയിരുന്നില്ല. ആന്റി സോഷ്യൽ എലിമെന്റ്സ് ആണ് ഇവിടെയൊക്കെ....'

ആ ശബ്ദത്തിനുനേരേ തിരിയവേ കണ്ണുകൾ വിടർന്നു.

അയാൾ! ജീവകാരുണികനായ ആ തൂവെള്ള ഖദർ ജൂബ്ബക്കാരൻ.

ഒരു കൊടുങ്കാറ്റിന്റെ ആരവം എന്റെ ഉള്ളിൽ നിന്നുയർന്നു. കുഞ്ഞിനെ ഭാര്യയെ ഏൽപ്പിച്ചു.

അയാളുടെ വെളുത്തുതുടുത്ത കവിളിലെ ചോര പൊടിഞ്ഞു നിന്ന പോറൽ എന്റെ കണ്ണുകളിൽ ഇരുട്ടുകയറ്റി. അരുമയായ നിമിഷങ്ങളിൽ ഞാനെന്നും മുറിച്ചുകളയാൻ പറയാറുള്ള, ഭാര്യയുടെ ഇടതുകൈയിലെ ക്യൂട്ടെക്സ് പുരട്ടാറുള്ള വളർത്തിയ നഖം എന്റെ മനസ്സിൽ മിന്നി. പിന്നെ ആഞ്ഞു കുതിച്ചതോർമ്മയുണ്ട്. എന്റെ കൈ പലവട്ടം ഉയർന്നതോർമ്മയുണ്ട്. അയാളുടെ ദീനസ്വരം ചിതറി വീണതോർമ്മയുണ്ട്. ആരെല്ലാമോ ഓടിയെത്തിയതോർമ്മയുണ്ട്....

ആശ്വാസത്തോടെ, കനംകുറഞ്ഞ മനസ്സോടെ വെളിച്ചം ചിതറിക്കിടക്കുന്ന പാതയോരത്തുടെ പിന്നെ ഞങ്ങൾ നടന്നു. ഭാര്യയുടെ ഈർപ്പം വിട്ടിട്ടില്ലാത്ത മിഴികൾ കാൺകെ ഓർത്തു.

-എന്റെ മണ്ടിപ്പെണ്ണേ ഈ ഷോക്കിൽ നിന്നു രക്ഷപ്പെടാൻ നിനക്കെത്രനേരം വേണം....!

അല്പം, നനഞ്ഞ ചിരി

ചുരുട്ടി മടക്കിവച്ച പുൽപ്പായയിലും നിലത്തുമായി കാലും നീട്ടിയിരുന്ന അമ്മ ആരോടെന്നില്ലാതെ പറഞ്ഞു;

-ആർക്കും ഒരു ശ്രദ്ധ്യല്ല്യ. എത്ര കാലായി ഞാൻ വയ്യാതെ കിടക്കുണു.

കാറിയ എണ്ണയുടെയും വിയർപ്പിന്റെയും വാട ചുരത്തുന്ന ചാരുക സേരയിൽക്കിടന്ന് അച്ഛൻ അല്പം കൂടി ഉച്ചത്തിൽ കവിത നീട്ടിച്ചൊല്ലി.

പൂതൽ പിടിച്ചുതുടങ്ങിയ മരത്തൂണിലേക്കും തൊണ്ണടർന്ന തിണ്ടിലേക്കും നോക്കി അന്യമസ്കനായി നിന്ന മകനെ അമ്മയുടെ വാക്കുകൾ തൊട്ടുവിളിച്ചു.

-ഒരു തുള്ളി ചോര...ന്റെ ദേഹത്തില്ല.

നീലഞരമ്പുകൾ എഴുന്നുനില്ക്കുന്ന കൈത്തണ്ടയിലെ അയഞ്ഞുതുടങ്ങിയ മാംസം വലിച്ചുനീട്ടിക്കൊണ്ട് അമ്മ വീണ്ടും പറഞ്ഞു. മകൻ അമ്മയുടെ, ദൈന്യത്തിന്റെ കറുപ്പ് പടർന്ന മുഖത്തേക്ക് ഒരുനിമിഷം കണ്ണുനട്ട് മുഖംതിരിച്ചു.

അച്ഛൻ കവിതയിൽ ആകണ്ഠം മുങ്ങിയിരിക്കുന്നു. മകന് ആകപ്പാടെ അസ്വസ്ഥതതോന്നി; ശുണ്ഠിയും. വെണ്ണക്കണ്ണന്റെ അപദാനങ്ങളെക്കുറിച്ച് പേർത്തും പേർത്തും കവിത പടയ്ക്കുന്ന കവിയോടോ, ആ കവിതയിൽ തലപൂഴ്ത്തിയിരിക്കാൻ തുനിയുന്ന അച്ഛനോടോ വെറുപ്പ് കൂടുതലെന്ന് മകന് തിട്ടപ്പെടുത്താനായില്ല.

നഗരത്തിലെ ഒരാപ്പീസിലെ വെള്ളക്കോളറുകാരനായ മകൻ പതിവുപോലെ വാരാന്ത്യത്തിൽ ശുദ്ധവായു ശ്വസിക്കാൻ കുതിച്ചെത്തിയതായിരുന്നു.

ഏതോ ഒരു ജീർണ്ണിച്ച അമ്പലത്തെ ഓർമ്മിപ്പിക്കുന്ന, ഉള്ളിൽ

പതിഞ്ഞുകിടക്കുന്ന ഒരു പൂർവകാലവൈരാഗ്യംപോലെ ചോർന്നൊലിച്ച പാട്ടുകളുള്ള, വിണ്ടുപൊട്ടിയ ചുമരുകളുള്ള വയൽക്കരയിലെ വീട്ടിൽ മകന്റെ സ്വപ്നങ്ങൾ എന്നും പായൽ കെട്ടിക്കിടന്നു. വീട് പുതിക്കിപ്പണിയാൻ കഴിയാത്തതിലോ, ഓടുമേയാൻ കഴിയാത്തതിലോ [illegible] ക്കലും ഇച്ഛാഭംഗമുണ്ടായിട്ടില്ല. പണമുണ്ടായിരുന്നപ്പോൾ നാടുചുറ്റി വലിയ വീടുകളിൽ പരമ്പരകളെ സൃഷ്ടിച്ച ഒരിക്കലും കണ്ടിട്ടില്ലാത്ത മുത്തച്ഛനോടും ആ പാരമ്പര്യം കൈവിടാതെ സൂക്ഷിച്ച അച്ഛനോടും തോന്നിയിട്ടുള്ള വിചിത്രമായ പകയുടെ അംശമാണ് ഈ വികാരമെന്ന് മകൻ കരുതുന്നുമില്ല.

-എനിക്ക് ചികിത്സ ചെയ്യാൻ ങ്ങ്ടെ ആരുടേം സേവയൊന്നും വേണ്ടീര്ന്നില്ല. ന്റെ.... അച്ഛൻ തന്ന മൊതലുതന്നെ മത്യേര്ന്ന്...

അമ്മ എന്താണ് സൂചിപ്പിക്കുന്നതെന്ന് മകന് മനസ്സിലാക്കാം. പലപ്പോഴും കേട്ടിട്ടുള്ളതാണ്. അല്ലെങ്കിൽ കേട്ടു മടുത്തതാണ്. അമ്മയുടെ സ്വർണ്ണാഭരണങ്ങളെക്കുറിച്ചാണ്. എല്ലാം അച്ഛൻ പണയം വച്ചും വിറ്റും നശിപ്പിച്ചതാണത്രേ.

-ദുഷ്ടൻ എല്ലാം കളഞ്ഞിട്ട്... പ്പോ ഞാനൊന്നും അറീലേ രാമനാരായണാന്ന് പറഞ്ഞ്.... ഇരിക്ക്യാണ്...

അച്ഛന്റെ കവിതാപാരായണം ഉച്ചസ്ഥായിലിലേയ്ക്ക് കടക്കുന്നു. മകൻ ഒരു നിമിഷം അകമേ ചിരിച്ചു. പതിവുപോലെ വാഗ്വാദങ്ങൾ ഉണ്ടാവാനിടയില്ല. ഭാഗ്യം. മഹാഭാഗ്യം.

അമ്മയ്ക്കു കാര്യമായ ചികിത്സ വേണ്ടിയിരിക്കുന്നു. അറിയാഞ്ഞിട്ടല്ല. നഗരത്തിലെ ഡോക്ടറുടെ അടുത്തു കൊണ്ടുപോവണമെന്ന് പലവട്ടം നിനച്ചതാണ്. മാസാന്ത്യത്തിലെ ക്വാട്ടയിൽ ആ ചെലവിനം കടന്നുകൂടാറില്ലെന്നു മാത്രം. പലതരം റോളിങ്ങുകൾക്കും അഡ്ജസ്റ്റുമെന്റുകൾക്കുമിടയിൽ....

മാത്രമല്ല മകൻതന്നെ പലപ്പോഴും അമ്മയെ ചികിത്സിക്കുന്നു. മറ്റെല്ലാ കാര്യങ്ങളും ഒരുവിധത്തിൽ ഒപ്പിച്ചെടുത്തതിനുശേഷം മകൻ ഒരു പ്രത്യേക ചിരിയോടുകൂടി അമ്മയുടെ അടുത്ത്ചെന്ന് അഞ്ചോ പത്തോ രൂപ നീട്ടിക്കൊണ്ടു പറയുന്നു:

-അമ്മേ ഇതേ ഉള്ളൂ. തൽക്കാലം അമ്മയുടെ ആ ഗുളിക വാങ്ങിക്കാം....

-നീ ആ കാശിങ്ങുതാ. അമ്മക്കിപ്പോ ദൈവാധീനംകൊണ്ട് അസുഖൊന്നും ....ല്ല്യ....

മകൻ ചിരിയമർത്തി രൂപ കൊടുക്കുന്നു. മകൻ വെള്ളക്കോളറുകാരനായതുമുതൽ ഏറെക്കുറെ എല്ലാ മാസങ്ങളിലും ഈ ചികിത്സ

നടക്കുന്നു. ഈ ചികിത്സയ്ക്കുപോലും വീഴ്ച പററിത്തുടങ്ങിയത് മകൻ ഒരു ഭർത്താവായപ്പോഴാണ്.

വിവാഹം മകനിൽ അടിച്ചേൽപ്പിക്കപ്പെട്ടതായിരുന്നു. മകൻ ആവുംവിധം ഒഴിഞ്ഞുമാറാൻ ശ്രമിച്ചതായിരുന്നു. മകന് ചരിത്രം ആവർത്തിക്കരുതെന്നുണ്ടായിരുന്നു. മകൻ യൗവനത്തെ ഉദാസീനമാക്കാൻ യത്നിക്കുകയായിരുന്നു.

അമ്മ പലപ്പോഴും ഗദ്ഗദം കലർത്തി പറഞ്ഞു:

-അമ്മക്കിനി ആ ഒരു മോഹംകൂടിയുണ്ട്. ഈ ബുദ്ധിമുട്ടിൽക്കൂടി അതും നടക്കും. അല്ലാതെ ഒക്കെ ശരിയായിട്ട് നിനക്ക് കല്യാണം കഴിക്കാനാവ്വോ മോനേ?

അച്ഛൻ തത്ത്വോപദേശം നടത്തി:

-ഇതു നിന്റെ ഒരു ബാധ്യതയാണ്. അതിൽനിന്ന് ഒഴിഞ്ഞുമാറുന്നത് ശരിയല്ല. നീ പഠിപ്പുള്ളവനല്ലേ?

പതിവുപോലെ ഗീതയിൽനിന്നും മററും ഉദ്ധരണങ്ങൾ തേടിപ്പിടിച്ചു കൊണ്ടുവന്നു.

മകൻ വിവാഹിതനായി. ഫലം; ആയിരങ്ങളുടെ കടം. കടത്തെക്കുറിച്ചു സംസാരിച്ചപ്പോൾ അച്ഛൻ കവിതകൾ ചൊല്ലി.

അങ്ങനെ അവൾ വന്നു. മകന്റെ ഭാര്യ. ഏറെക്കുറെ സുന്ദരി. കോളേജിൽ പഠിച്ചവൾ. ജീവിതത്തെക്കുറിച്ച് ഉപരിപ്ലവമായി ചിന്തിക്കുന്നവൾ. പിണങ്ങാനറിയാവുന്നവൾ. കിണുങ്ങാനറിയാവുന്നവൾ. കരയാനറിയാവുന്നവൾ. പൊങ്ങച്ചം പറയാനറിയാവുന്നവൾ. എങ്കിലും സ്നേഹമുള്ളവൾ.

ഓല മേഞ്ഞ വീടായതിനാൽ അവൾക്ക് വിഷമമുണ്ടായി. റേഡിയോവില്ലാത്തതിൽ അവൾക്ക് ഇച്ഛാഭംഗമുണ്ടായി. ഭർത്താവിന്റെ പൂച്ചക്കണ്ണുകളെക്കുറിച്ചും കഷണ്ടിയെക്കുറിച്ചും അവൾ ചൂണ്ടിക്കാട്ടിയപ്പോൾ അവളുടെ അല്പം ഉയർന്ന പല്ലുകളെയും തെല്ലു മലച്ച ചുണ്ടുകളെയും എടുത്തുകാട്ടി ഭർത്താവ് രംഗം സജീവമാക്കി.

എങ്കിലും ചില ഊഷ്മളരാത്രികളിൽ അവൾ പറഞ്ഞു:

-എന്റെ ചേച്ചി ഭാഗ്യമുള്ളവളാ. അവൾക്ക് വലിയ വീടും...നമ്മള്ടെ വീടെന്നാ നന്നാക്ക്വാ...?

-നിന്റെ ചേച്ചി നിന്നെക്കാൾ എത്ര സുന്ദരിയാ. പോരെങ്കിൽ ഉദ്യോഗം....

-ഓ എന്നെ പിടിച്ചില്ലാ... ല്ലേ? എന്നാൽ ഉദ്യോഗമുള്ളവളെ കണ്ടു പിടിച്ചുകൂടായിരുന്നോ?

പതിനഞ്ചുപൈസയുടെ നിയന്ത്രണം വീതിക്കുന്ന രാത്രികളിലൊന്നിൽ

-എന്നുംങ്ങനെ എനിക്കിഷ്ടല്ല്യാട്ടോ ഇതൊന്നും...

ഇരുട്ടിലേക്ക് മുഖം പൂഴ്ത്തി നിരർത്ഥകതയിൽ ന്യായീകരണം പരതുന്ന മകൻ.

ഗതികേടിന്റെ ചരിത്രം ആവർത്തിക്കരുതെന്നു കരുതുന്ന നിസ്സഹായനായ വെള്ളക്കോളറുകാരൻ... ഭീരു.

ഒരു മാസത്തെ വിരഹദുഃഖം മകന്റെ മനസ്സിൽ ഫണമുയർത്തി. അടുത്തമാസം എന്തായാലും അവളെ കൂട്ടിക്കൊണ്ടു വരണം. പുതിയ റോളിങ്ങുകൾ. അഡ്ജസ്റ്റ്മെന്റുകൾ.

-ന്റെ അച്ഛനമമ്മേ്യ മരിച്ചിട്ടുള്ളൂ. ന്റെ ആങ്ങളമാർക്ക് ദൈവത്തിന്റെ മനസ്സുണ്ടായിട്ട് ഒരു ശേഷിക്കുറവുമില്ല. പത്തു കാശിന്റെ ഒരു കാർഡ് വാങ്ങിത്തരീൻ. ഞാനൊരു കത്തയച്ചാ ന്റെ ആങ്ങളെമാര്വ്ടെ പറന്നെത്തും. ഓർത്തോളിൻ....

അമ്മ ഇടയ്ക്കെല്ലാം കരയുന്നുവെന്നു മകനറിഞ്ഞു. കുറച്ചു കാശ് ശരിപ്പെടുത്താൻ കഴിഞ്ഞാൽ അമ്മയെ ഇപ്പോൾത്തന്നെ നഗരത്തിലെ ഡോക്ടറുടെ അടുത്തു കൊണ്ടുപോവാം. മകൻ ഹാങ്ങറിൽ തൂക്കിയിട്ടിരുന്ന ഷേർട്ടെടുത്തിട്ടു.

അമ്മ തിടുക്കപ്പെട്ടെഴുന്നേറ്റു. മകന്റെ അടുത്തേക്കു ചെന്നു. മകന്റെ കൈപിടിച്ച് കണ്ണുകളിലേക്കുറ്റുനോക്കി ചോദിച്ചു:

-എടാ മോനേ നീ കുപ്പായമിട്ട് എവിടേക്കാ? ഞാനറിയാഞ്ഞിട്ട് ചോദിക്കാ... നീ അച്ഛനെപ്പോലെതന്നെ കണ്ണിൽ ചോരയില്ലാത്തോനാ. ആ പെൺകുട്ടി പോയിട്ട് മാസം ഒന്നായില്ലേ. നീ എന്താ അവളെ കൂട്ടിക്കൊണ്ടരാത്ത്? ന്റെ മോള് വ്ടെ ഇല്ലാഞ്ഞിട്ട് ഒരു സുഖോംല്ല്യ...

മകന്റെ എല്ലാ സംയമനങ്ങളും നഷ്ടപ്പെടുമെന്നു തോന്നി.

-എന്നെക്കൊണ്ടൊന്നും പറയിക്കരുത്. അവളെ പോയി കൂട്ടിക്കൊണ്ടുവരണെങ്കി ചുരുങ്ങിയത് പത്തുന്നൂറ് രൂപ വേണം. ഞാനെന്താ പണം മരത്തീന്ന് പറിച്ചുകൊണ്ട് വര്വാണോ?

അമ്മ പെട്ടെന്ന് ചിരിച്ചു.

-അതാ കാര്യം. പണം ഞാൻ തരാം.

അമ്മ ചെറുപ്പം വച്ചതുപോലെ അകത്തേക്കു കുതിക്കുന്നതുകണ്ടു. ഒരു പഴയ മിഠായി ടിന്നുമായി അതേ ആവേശത്തോടെ തിരിച്ചുവരുന്നതും...

-ന്നാ ഇതൊന്നു തുറന്നുനോക്ക്.

അച്ഛന്റെ കവിതാപാരായണം നിലച്ചു. ആ തിളങ്ങുന്ന കണ്ണടകൾ രംഗം ഒപ്പിയെടുക്കുകയായിരുന്നു.

മകന്റെ കണ്ണുകളിൽ അത്ഭുതം. ഒട്ടേറെ അഞ്ചിന്റെയും പത്തിന്റെയും നോട്ടുകൾ. എണ്ണിനോക്കി. തെല്ലുറക്കെ ചിരിച്ചു പോയി:

-ഇതൊക്കെ നീ തന്ന കാശുതന്ന്യാ...അമ്മ... ആർക്കുവേണ്ടിയാ ഇതൊക്കെ സൂക്ഷിച്ചതെന്നു ഇപ്പോ മനസ്സിലായോ....

അച്ഛൻ ചാരുകസേരയിൽനിന്നു എഴുന്നേല്ക്കുന്നു.

-മോനേ ഒരു കാര്യം പറയാൻ വിട്ടു. റേഷൻകടയിലെ കോയക്ക് കൊറച്ചു കാശ് കൊടുക്കാനുണ്ട്. അതിപ്പോൾത്തന്നെ കൊണ്ടുകൊടുത്തേക്കാം...

ഒറ്റവീർപ്പിൽ അച്ഛൻ പറഞ്ഞുതീർത്തു.

മകന് ചിരിക്കണമെന്നു തോന്നി; കരയണമെന്നും.

ആട്ടം പിഴച്ചവർ

പൂജാമുറിയിൽനിന്നു മണികിലുക്കം തുടങ്ങവേ, ചെറുപ്പക്കാരായ അന്തേവാസികളുടെ ബഹളം ആരോഹണ ക്രമത്തിലേക്കു നീങ്ങി. ചന്ദനത്തിരിയുടെ ഗന്ധവും അവ്യക്തമായ മന്ത്രോച്ചാരണങ്ങളും ബഹളത്തിന്റെ നീർക്കുത്തിലേയ്ക്ക്...

മുഷിഞ്ഞു നിറം മങ്ങിയ കർട്ടൻ നീക്കി വിനീത വാതിൽക്കൽ വന്നു നോക്കി, അമർഷത്തോടെ, വേദനയോടെ.

ഇതാ പതിവുപോലെ, ക്രൂരമായ, വികൃതമായ, വന്യമായ ഒരു സായാഹ്നം. വീട്ടിലെ മറ്റാരും ഇതൊന്നും ഗൗനിക്കുന്നില്ലല്ലോ എന്നോർക്കവേ, വിനീതയ്ക്ക് കരയണമെന്നു തോന്നി. ഇത്തരം നിമിഷങ്ങളിൽ മറ്റെല്ലായ്പ്പോഴുമെന്നപോലെ.

എന്തൊരു നിന്ദ്യമായ ജീവിതം. സ്വാസ്ഥ്യമില്ലാത്ത ജീവിതം. ഈ വീർപ്പുമുട്ടലിൽനിന്ന് എങ്ങനെയാണ് രക്ഷപ്പെടുക. അലോസരപ്പെടുത്തുന്ന മണികിലുക്കത്തിൽനിന്ന്, പരിഹാസവചനങ്ങളിൽനിന്ന് എങ്ങനെയാണ്, എങ്ങനെയാണ് രക്ഷപ്പെടുക.

ആർപ്പുവിളിയും ബഹളവും അവസാനിപ്പിക്കാവുന്നതേയുള്ളൂ. അച്ഛനും ചേട്ടനും തന്റേടമില്ലെങ്കിൽ എന്തുചെയ്യാനാണ്! വീട്ടുടമസ്ഥരെ വകവയ്ക്കുന്നില്ലെങ്കിൽ തങ്ങളെപ്പോലെ വാടക കൊടുത്തുതാമസിക്കുന്ന മറ്റുള്ളവരെക്കുറിച്ചെങ്കിലും ചിന്തിക്കണ്ടേ?

ഈ ധൂർത്തരായ ചെറുപ്പക്കാർ സമ്പന്നകുടുംബങ്ങളിൽപെട്ടവരാകും. കൃത്യമായി വാടക തരുന്ന, വലിയ സംഖ്യ അഡ്വാൻസ് നല്കിയ താമസക്കാർ. വാടകയ്ക്കും അഡ്വാൻസിനും പുറമേ അച്ഛനും ചേട്ടനും ഇടയ്ക്കിടെ പണം കടം കൊടുക്കുന്ന ഉദാരമതികളായ താമസക്കാർ....

ഇതു ആശ്രമമാണത്രേ! ഓർക്കുമ്പോൾ രോഷം ഉള്ളിൽ കത്തിപ്പടരുകയാണ്. എല്ലാറ്റിൽനിന്നും മുഖം തിരിച്ചു പിടിക്കുന്ന അച്ഛൻ.

കറുപ്പുവസ്ത്രങ്ങൾ ധരിച്ച് താടിയും മുടിയും നീട്ടി പരമനിസ്സംഗനായി നടക്കുന്ന അച്ഛൻ. യാതൊരാളോടും തന്നോടു തന്നെയും ഉത്തരവാദിത്വമില്ലാതെ നടക്കുന്ന ചേട്ടൻ. ജീവിതത്തിന്റെ വർണ്ണപ്പകിട്ടിൽ മാത്രം മനസ്സുവയ്ക്കുന്ന ചേച്ചി. താളപ്പിഴകളെപ്പറ്റി ഏറെയൊന്നും അറിയാനായിട്ടില്ലാത്ത അനിയൻ.....

അമ്മ ജീവിച്ചിരിപ്പുണ്ടായിരുന്നുവെങ്കിൽ! അങ്ങനെയൊരു ചിന്ത സാന്ത്വനമായി സ്വയം കണ്ടെത്തുകയാണ്. ശക്തമായ ഒഴുക്കിൽ ആ പിടിവള്ളിയിൽ പിടിച്ച് ഏറെനേരം നില്ക്കാനാവില്ലെന്നിരിക്കിലും.

മണികിലുക്കം നിലച്ചിരിക്കുന്നു. ചെറുപ്പക്കാരുടെ ബഹളവും. മരിക്കാത്ത ഓർമ്മകളെപ്പോലെ ചന്ദനത്തിരിയുടെ സുഗന്ധം മാത്രം....

പൂജാമുറിയിൽനിന്നു പുറത്തേയ്ക്കു കടന്ന അച്ഛനെയും പ്രതീക്ഷിച്ച് വിനീത അവിടെത്തന്നെ നിന്നു. അച്ഛനല്ല. സ്വാമി! ആത്മനിന്ദയുടേതായ ഒരു വിളർത്ത പുഞ്ചിരി അവളുടെ ചുണ്ടിൽ വിടർന്നു; വാടി.

കറുത്ത വസ്ത്രങ്ങൾക്കും നരച്ച താടിരോമങ്ങൾക്കുമിടയിൽ മുഖം മറച്ചുനടക്കുന്ന അച്ഛൻ, നഷ്ടപ്പെടുന്നതെന്താണെന്നറിയുന്നില്ല. അല്ലെങ്കിൽ അച്ഛനെ മാത്രം എന്തിനു കുറ്റം പറയുന്നു. ചേട്ടന്റെയും ചേച്ചിയുടെയും സ്ഥിതിയോ? ഈയിടെയായി ചേച്ചിയുടെ ചെയ്തികൾ കാണുമ്പോൾ വലിയ ഉൽക്കണ്ഠ തോന്നാറുണ്ട്. കോളേജിൽ പഠിച്ച, സർക്കാരാപ്പീസിൽ ജോലിയുള്ള ചേച്ചിക്ക് ജീവിതത്തെപ്പറ്റി താനെന്തെങ്കിലും പറഞ്ഞുകൊടുക്കേണ്ടതില്ല. ചേച്ചി തനിക്കാണ് ശിക്ഷണം തരേണ്ടത്. ചേട്ടനിൽനിന്നു താൻ ഏറെയൊന്നും പ്രതീക്ഷിക്കുന്നുമില്ല. തന്നിഷ്ടപ്രകാരം നടക്കുന്നു. സിനിമ, ചീട്ടുകളി, അതിനൊത്ത കൂട്ടുകാർ. ഈയിടെയായി മദ്യപിക്കാറുണ്ടെന്നും തോന്നുന്നു. ആരെയാണ് ഭയപ്പെടാനുള്ളത്. അച്ഛനെപ്പോലും നിയന്ത്രിക്കുന്നത് ചേട്ടനല്ലേ. ഇതെല്ലാം കണ്ട് അനിയൻ വളരുന്നു. അവൻ എന്തായിത്തീരുമെന്ന് ആർക്കറിയാം.

ജീവിക്കാൻവേണ്ടി സ്വന്തം വീടിന്റെ മുറികൾ വാടകയ്ക്കു കൊടുക്കേണ്ടി വന്നിരിക്കുന്നു. വീണ്ടും ഓർത്തുപോവുന്നു. അമ്മയുണ്ടായിരുന്നെങ്കിൽ.... സമ്പന്നതയുടെ ഔന്നത്യത്തിൽ നിന്ന് നിസ്വനായ കാമുകന്റെ കൂടെ ഇറങ്ങിത്തിരിച്ച അമ്മ. യാഥാർത്ഥ്യങ്ങളുടെ മുൾമുനകളിൽ ചവിട്ടി നടന്നപ്പോഴും പൊങ്ങച്ചവും താൻപോരിമയും കൈവിടാതെ സൂക്ഷിച്ച അമ്മ. ഇല്ല, അമ്മയുണ്ടായിരുന്നെങ്കിൽ ഇങ്ങനെയൊന്നും സംഭവിക്കുമായിരുന്നില്ല.

പൂജാമുറിയുടെ വാതിലുകളടയുന്ന ശബ്ദം. കറുപ്പിൽ പൊതിഞ്ഞ അച്ഛന്റെ രൂപം കാണായി. സന്ധ്യ കടന്നുവരുന്നു. അച്ഛനെപ്പോലെ കറുത്ത ഉടയാടകളുമായി. അച്ഛന്റെ മുഖഭാവം വ്യക്തമല്ല. ആ മുഖം സന്ധ്യ വിഴുങ്ങിയിരിക്കുന്നു.

പുറത്തെ ഇരുട്ടിൽ പോറലേൽപ്പിച്ചുകൊണ്ട് വാടകമുറികളിൽ വെളിച്ചം പരന്നു. താനിപ്പോഴും ഇരുട്ടിൽ.

എന്താ മോളെ ലൈറ്റിടാത്തത്?

ദൈന്യത്തിന്റെ, പരവശതയുടെ ശബ്ദം ഇഴഞ്ഞെത്തി. മനസ്സിലു റഞ്ഞുകൂടിയ വൈരാഗ്യവും അമർഷവും അലിഞ്ഞു പോകുന്നുവോ? ഒന്നുമുരിയാടിയില്ല. അകത്തേയ്ക്കു കടന്നു ചുമരിൽ തപ്പി സ്വിച്ചിടുക മാത്രം ചെയ്തു. പൊടുന്നനെ വന്ന വെളിച്ചത്തിന്റെ പ്രഹരം കണ്ണുകളിൽ. അച്ഛൻ മുറ്റത്തേയ്ക്കിറങ്ങുന്നതു കണ്ടു.

ഏകാന്തതയേകുന്ന ചിന്തകളുടെ ഭാരം. ചേച്ചി ഇനിയും എത്തിയില്ല. ഓഫീസ് വിട്ട് ഏതോ കൂട്ടുകാരിയുടെ വീട്ടിൽ പോവുമെന്നു പറഞ്ഞി രുന്നു. എങ്കിലും ഇത്രയും വൈകിയാലോ! ഓടിക്കിതച്ചപോലെ, വിയ ർത്തൊലിച്ച് ഇനിയൊരു വരവുണ്ട്. എടീ വിനീതേ, മോളേ വിശന്നിട്ടു വയ്യ എന്നു പതിവു പല്ലവി. ബാത്ത്റൂമിലേക്കുള്ള ഓട്ടം.....

അനിയൻ സ്കൂൾ വിട്ടുവന്ന ഉടനെ ഇറങ്ങിയതാണ്. അവനെയും കാണുന്നില്ല. ഒന്നിനും ആരോടും മുറുമുറുക്കാറില്ല. വിഷമം തോന്നുമ്പോൾ എന്തെല്ലാമോ മനസ്സിൽ സ്വരൂപിച്ചു വയ്ക്കും. സ്വയമറിയാതെ ചോർന്നു പോവുകയും ചെയ്യും. എങ്ങനെ എല്ലാം സഹിക്കാനും ക്ഷമിക്കാനും കഴിയുന്നുവെന്ന് അത്ഭുതപ്പെടാറുണ്ട്. വിശന്നുവരുന്നവർക്ക് ഊണ് ഒരുക്കിവയ്ക്കാൻ, വീടുപറ്റേണ്ടവരെ കാത്തിരിക്കാൻ, എല്ലാറ്റിനും വിനീത, വിനീത...!

വെളിച്ചത്തിന്റെ നുറുങ്ങുകൾ വീണുകിടക്കുന്ന മുറ്റത്ത് അങ്ങോട്ടുമി ങ്ങോട്ടും നടക്കുന്ന അച്ഛൻ. ഏതോ ചിന്തയിൽ മുങ്ങിത്തപ്പുന്ന പാവം അച്ഛൻ. ഗോപാലൻ ഭാഗവതർ എന്ന ഗോപാലൻ സ്വാമി എന്ന, വെറും സ്വാമിയെന്ന ഞങ്ങളുടെ അച്ഛൻ....

അച്ഛനെ മഥിക്കുന്ന ചിന്തകൾ മക്കളെക്കുറിച്ചാവില്ല. കുപ്പയിലെ വളക്കൂറുള്ള മണ്ണിൽ തഴച്ചുവളരുന്ന പാഴ്ച്ചെടികൾ ഞങ്ങൾ. ആരുടെയും പരിചരണമില്ലാതെ, തണലില്ലാതെ വളരുന്ന പാഴ്ച്ചെടികൾ. തഴച്ചാ ലെന്ത്? വാടിക്കരിഞ്ഞാലെന്ത്?

കൈവിട്ടുപോയ തന്റെ യൗവനത്തിന്റെ, സാഹസത്തിന്റെ, വിസ്മയ ത്തിന്റെ കഥകളാണോ അച്ഛൻ സദാ മനസ്സിലിട്ട് കുരുക്കഴിക്കുന്നത്?

നിസ്വനായ ഒരു കലാകാരന്റെ കൂടെ ഇറങ്ങിപ്പോന്നത് ഒരു ത്യാഗമായി അമ്മ എന്നും പറയുമായിരുന്നു.

വലിയ സംഗീതക്കച്ചേരികളിലൂടെ റേഡിയോവിലൂടെ ശ്രോതാക്കളെ പുളകം കൊള്ളിച്ച ശബ്ദമാധുരിയുടെ ഉടമ, സുഭഗനും യുവാവുമായ ഗോപാലൻ ഭാഗവതർ ഒരു ദിവസം ആ വലിയ വീട്ടിൽ എത്തുന്നു. ധനാഢ്യനും സംഗീതഭ്രാന്തനുമായിരുന്ന അമ്മയുടെ അച്ഛൻ ഏതോ ഒരു കച്ചേരി കഴിഞ്ഞ ഉടനെ പിടിച്ച പിടിയാലെ കാറിൽ കയറ്റി കൊണ്ടുപോവുകയായിരുന്നുവത്രേ. തന്റെ പെൺമക്കളുടെ സംഗീതാഭ്യാസനത്തോടൊപ്പം ഒരു ഗാനഗന്ധർവന്റെ നിത്യസമ്പർക്കവും!

ഭാഗവതർക്ക് താമസിക്കുവാൻ സകല സൗകര്യങ്ങളോടും കൂടി പ്രത്യേകം മുറി. പരിചാരകൻമാർ. അങ്ങനെ ഒരു ശുഭമുഹൂർത്തത്തിൽ സംഗീതപഠനം ആരംഭിക്കുന്നു.

അടച്ചിട്ടമുറിയിൽനിന്നു സംഗീതത്തിന്റെ ബാലപാഠങ്ങൾ. അനിയത്തിമാരുടെ പതിഞ്ഞ ശബ്ദം. ഭാഗവതരുടെ മുഴക്കമുള്ള ശബ്ദം. ഹാർമോണിയത്തിലൂടെ ശ്രുതി പകരുന്ന ശബ്ദം. സരി....ഗ...മ...പ..ധ.. നി.... കൗതുകത്തോടെ തിരശ്ശീലയ്ക്കു പിന്നിലോ, ജാലകത്തിനരികിലോ ചെന്നുനില്ക്കുന്ന ഗോമതി, നിറയൗവനത്തിൽ വൈധവ്യമനുഭവിക്കുന്ന ഗോമതി. ഭർത്താവിന്റെ മുഖച്ഛായപോലും ഓർമ്മിക്കാൻ കഴിയാത്ത വിധവ. ഏതോ ഓർമ്മപ്പിശകുപോലെ നന്നേ ചെറുപ്പത്തിൽ നടന്ന വിവാഹത്തെക്കുറിച്ചും ഒരാഴ്ചക്കാലത്തെ വിവാഹജീവിതത്തെക്കുറിച്ചും ഒരു കാറപകടത്തിൽ മരിച്ച ഭർത്താവിനെക്കുറിച്ചും അലസമായി സംസാരിക്കുവാൻ കഴിയുന്ന ഗോമതി എന്ന യുവതിയായ വിധവ.

ദിവസങ്ങൾ കഴിയവേ അനിയത്തിമാരെ പാട്ടുപഠിപ്പിക്കുന്ന ഭാഗവതരെ നോക്കി ഗോമതി ചിരിക്കുന്നു. ഒരു മിന്നൽക്കൊടിപോലെ മറയുന്നു. ചിരി ഉദാരമായപ്പോൾ സംസാരിക്കുന്നു. അപൂർണ്ണമായ വാക്കുകൾ. ഒരു വാക്കിന് ഏറെ അർത്ഥമുള്ള വാക്കുകൾ... പിന്നെ ഉറക്കമില്ലാത്ത രാത്രികൾ. മധുരമായ അസ്വാസ്ഥ്യത്തിന്റെ ദൈർഘ്യമേറിയ വിളർത്ത പകലുകൾ... ഒടുവിൽ ഒരു രാത്രിയിലെ ഒളിച്ചോട്ടം.

ആ വലിയ വീട്ടിൽ എന്തെല്ലാമോ കടപുഴകി വീണു. മരിക്കാത്ത മകളുടെ പിണ്ഡം വച്ചു. കരുത്തരായ ആങ്ങളമാർ തോക്കുമായി നടന്നു. കൊച്ചനിയത്തിമാരുടെ ഹാർമോണിയം ശബ്ദമറ്റു കിടന്നു.

അങ്ങനെ ഗോമതി എന്ന സമ്പന്നതയുടെ പുത്രി ഗോപാലൻ ഭാഗവതരുടെ ഭാര്യയായി. താളമേളക്കൊഴുപ്പോടെ പുതിയ ജീവിതം. ഭാഗവതരുടെ മുഴക്കമുള്ള ഈണമുള്ള ശബ്ദം പിന്നെയും ഒഴുകി: അതോടൊപ്പം

വർഷങ്ങളും. കുഞ്ഞുങ്ങൾ ഒന്ന്, രണ്ട്, മൂന്ന്.... ഭാഗവതരുടെ ശബ്ദമാധുരി ചോർന്നു പോവുകയായിരുന്നു; കുടുംബത്തിന്റെ സംഗീതവും. മുറുമുറുപ്പുകൾ. അസംതൃപ്തിയുടെ സ്വരങ്ങൾ....

[illegible] ഗോമതി അമ്മയ്ക്ക് കത്തെഴുതി. ദിവസങ്ങൾക്കുള്ളിൽ വാടകവീടിന്റെ മുമ്പിൽ തിളങ്ങുന്ന ഒരു കാർ വന്നുനിന്നു. ഗോമതിയുടെ സർവപ്രതാപിയായ അച്ഛൻ. അമ്മ....! അവശയായ മകൾ അച്ഛനെയും അമ്മയെയും കണ്ണുനീർ കൊണ്ട് അഭിഷേകം ചെയ്തു. അവർ ഏറെനേരം അവിടെ തങ്ങിയില്ല. മകളുടെ പൊടിക്കുഞ്ഞുങ്ങളെ ലാളിച്ചില്ല. എന്നാൽ ഗോമതിക്ക് നഗരത്തിൽ ഒരു ഭേദപ്പെട്ട വീടുണ്ടായി. പ്രതാപശാലിയായ അച്ഛനും സ്നേഹമയിയായ അമ്മയും മരിക്കുന്നതുവരെയും മകൾക്ക് വലിയ തുകകൾ മണിയോർഡറായി വന്നു....

വിനിച്ചേച്ചീ, വിനിച്ചേച്ചീ...

അല്പം കൊഞ്ചലുള്ള, മാർദ്ദവമുള്ള അനിയന്റെ ശബ്ദം. ചിന്തകളിൽനിന്നു മോചനം. മുഖത്തുനോക്കാത്ത, വെളുത്ത, ഉയരം കുറഞ്ഞ, അടുത്ത മുറിയിലെ ചെറുപ്പക്കാരന്റെ അകന്നുപോകുന്ന കാലടിശബ്ദം. വിയർപ്പ് പൊടിഞ്ഞ നിഷ്കളങ്കത സ്ഫുരിക്കുന്ന അനിയന്റെ മുഖത്തേക്ക് നോക്കവേ, അലിഞ്ഞുപോകുന്ന മൗഢ്യം.

-വിനോദ് ഈ സന്ധ്യാവണതുവരെ എവ്ടാരുന്നു നീ?

-ഞാനോ വിനിച്ചേച്ചീ.... ഞാൻ...

-ഞാൻ തന്നെ...ഞാനെവ്ടാരുന്നു?

-മൈതാനത്ത് സൈക്കിൾ ചവിട്ടി പഠിക്ക്യാരുന്നു....

കൂടുതലെന്തെങ്കിലും പറയണമെന്ന് തോന്നിയില്ല. ചേച്ചി ഇനിയും എത്തിയില്ലല്ലോ. ചേട്ടൻ പതിവുപോലെ അർദ്ധരാത്രിക്കു എത്തുമെന്നു കരുതാം, അച്ഛൻ ആരെയെങ്കിലും ഒന്നു ശകാരിക്കുന്നത് കേട്ടെങ്കിൽ....!

പാഠപുസ്തകം നിവർത്തിവച്ച് സ്വപ്നം കാണുന്ന അനിയൻ. അനിയാ നിന്റെ സ്വപ്നങ്ങൾ എന്താവും? നമ്മുടെ അമ്മാവന്മാര് വലിയ ആളുകളാണല്ലേ എന്ന നിന്റെ ചോദ്യം. അമ്മാവന്മാരുടെ തീയേറ്ററിൽ നമുക്ക് കാശുകൊടുക്കാതെ സിനിമയ്ക്ക് പൊയ്ക്കൂടേ എന്ന് മറ്റൊരു ചോദ്യം. കാണാത്ത അമ്മാവന്മാരെ പൂജിക്കുന്ന കൗമാരകൗതുകം.

സാരിത്തലപ്പുകൊണ്ടു കണ്ണുതുടച്ച് തെരുവുവിളക്കുകളുടെ വിളർത്ത പ്രകാശം വീണുകിടക്കുന്ന പാതയിൽ മിഴികളുറപ്പിച്ച് ഇരുന്നു. എരിവുള്ള വിയർപ്പിന്റെ ഗന്ധം പ്രസരിപ്പിച്ചുകൊണ്ടു ചേച്ചി കടന്നുവരുന്നുണ്ടോ?

കൊടുങ്കാറ്റ് വിതച്ചുനടക്കുന്ന ചേച്ചി....

-പിടിയവനെ... പിടിയവനെ...

പാതയുടെ വളവിൽ നിന്നു ഒഴുകിയെത്തുന്ന ആരുടെയോ ശബ്ദം. ശബ്ദം ഇരട്ടിക്കുന്നു. അടുത്തേയ്ക്കെത്തുന്നു. ടാർപാതയിൽ തിടുക്കത്തിൽ വീഴുന്ന അസംഖ്യം കാലടിശബ്ദം. ഒരു ചെറിയ ആൾക്കൂട്ടം. പിടികൊടുക്കാതെ മുന്നിൽ കുതിച്ചുവരുന്നതാരാണ്?

സിരകളിൽ പടരുന്ന നടുക്കത്തിന്റെ അലകൾ....

ചേട്ടൻ ഉമ്മറത്തുവന്ന് അലച്ചുവീണു. ഷേർട്ടിലാകെ ചോര. ചോരയുടെ പച്ചമണം. മദ്യത്തിന്റെ പുളിച്ചമണം.

മുറ്റത്ത് ആളുകളുടെ പ്രവാഹം. പാതയിൽ പൊലീസ് ജീപ്പ് ബ്രേക്കിടുന്ന ശബ്ദം. കനത്ത ബൂട്ടിട്ട കാൽവയ്പ്പുകൾ.

-മരിച്ചോ...

-ഒറ്റക്കുത്തിനല്ലേ കാച്ചിയത്. ദുഷ്ടൻ....

-സ്വന്തം പെങ്ങളെ വെറുതെയാരും കുത്തിക്കൊല്ലില്ല.

-ആ പെണ്ണ് എന്തിനാ ലോഡ്ജിൽ പോയത്....

-അവളവിടെ ഏറെക്കുറെ സ്ഥിരമായിരുന്നു....

ആരുടെയോ അമർത്തിയ ശബ്ദങ്ങൾ. പിറുപിറുക്കലുകൾ.

അമർത്തിയ ശബ്ദങ്ങൾ ഏതോ ഒരാരവത്തിലേക്കൊഴുകിക്കൂടി. ആരവം ഒരു കൊടുങ്കാറ്റിന്റേതായിരുന്നു. ആഞ്ഞുവീശിയ കൊടുങ്കാറ്റിൽ, പാവം വിനീത ഒരു കരിയിലയായി.

മുറിവുകൾ

പ്രഭാതം മഞ്ഞു വീഴുന്നുണ്ടായിരുന്നു. ഒരു കോട്ടുവായിട്ടുകൊണ്ട് അവൾ ഉമ്മറത്തേക്കു വന്നു. സാരി കുത്തഴിച്ചുടുത്തു. വിട്ടുനിന്നിരുന്ന ജാക്കറ്റിന്റെ ബട്ടൺ അമർത്തി.

മുറ്റത്തേയ്ക്കു നോക്കിയപ്പോൾ എന്തോ ഒരു വല്ലായ്മ. മഞ്ഞിൽ വീണു വിറങ്ങലിച്ചു കിടക്കുന്ന പഴുത്ത ഇലകൾ; വാടിയ പൂക്കളും.

അലസതയോടെ അവൾ ചൂലെടുത്തു മുറ്റത്തേയ്ക്കിറങ്ങി. ഈറൻമണ്ണിൽ പറ്റിച്ചേർന്നു കിടക്കുന്ന പഴമ്പൂക്കൾ തൂത്തുവാരാൻ ആയാസപ്പെട്ടു.

മുറ്റം തൂത്തുവാരിക്കഴിഞ്ഞപ്പോൾ ആശ്വാസത്തോടെ ഒന്നു നിവർന്നു നിന്നു. അപ്പോൾ കണ്ടു; തുളസിത്തറയിൽ പുല്ലു പടർന്നു കിടക്കുന്നു.

പുല്ലു പറിച്ചുകൊണ്ടിരിക്കെ ഭർത്താവിന്റെ അമ്മയെക്കുറിച്ചോർത്തു. അവർ മരിക്കുന്നതുവരെയും തുളസിത്തറ ശുചിയായി കിടക്കുമായിരുന്നു.

അകത്തളത്തിൽ നിന്നും അദ്ദേഹം പാട്ടുപാടുന്നതു കേൾക്കാം. സുജമോൾ ഉണർന്നിരിക്കും. മകളെ മെരുക്കിയെടുക്കുകയാവും. അവൾ അകമേ ചിരിച്ചു.

കിണറ്റിൻകരയിലേയ്ക്ക് നടന്നു. കൈവെള്ളയിൽ പറ്റിപ്പിടിച്ച ചുവന്ന മണ്ണ് കഴുകിക്കളയവേ, കുപ്പിവളകൾ ബഹളം വച്ചു. അപ്പോൾ അവൾ കരുതി, ഇതെല്ലാം ഊരി വയ്ക്കണം. താൻ ആ കാലമെല്ലാം പിന്നിട്ടിരിക്കുന്നു.

നീലഞരമ്പുകൾ തെളിഞ്ഞ വെളുത്തുമെലിഞ്ഞ കൈത്തണ്ടയിലേക്ക് നോക്കി തെല്ലിട നിന്നു. വളകൾ പൊട്ടിച്ചെടുക്കവേ, കൈത്തണ്ടയിൽ ഒന്നുരണ്ടിടത്തു പോറലേറ്റു. പോറലുകൾ ചുവപ്പു രേഖകളായി മാറുകയും നനവേറ്റു നീറുകയും ചെയ്തു. എന്നാൽ ഉള്ളിൽ ഉറഞ്ഞുകൂടിയത്

ഒരുതരം നിർവികാരതയായിരുന്നു.

സിഗരറ്റിന്റെ ഗന്ധം അവളെ മുട്ടിയുരുമ്മി നിന്നു. സുജമോളെ എടുത്തു കൊണ്ട് അടുത്തേയ്ക്കു വന്ന അദ്ദേഹം സിഗരറ്റിന്റെ ചാരം തട്ടിക്കൊണ്ട് ചോദിച്ചു:

'നമുക്ക് ഇന്നുതന്നെ പോണോ? നാളേയ്ക്ക് നീട്ടിയാലോ....'

കടും മഞ്ഞയിൽ ചുവന്ന പൂക്കളുള്ള സുജമോളുടെ രോമത്തൊപ്പി യിൽ മിഴിനട്ട് അവൾ പറഞ്ഞു :

'ഇന്നുതന്നെ പോവാം. ഒരുപക്ഷേ മനുഷ്യന്റെ സ്ഥിതിയല്ലേ....'

അവൾ ഓർത്തു: അമ്മ മരിച്ചതറിഞ്ഞപ്പോൾ പോവാൻ പറ്റിയില്ല. അന്നു സുജമോളെ പ്രസവിച്ചു കിടക്കുകയായിരുന്നു. അല്ലെങ്കിലും പോവുമായിരുന്നോ...!

കാലത്തിന്റെ കട്ടിയേറിയ തിരശ്ശീല വകഞ്ഞുമാറ്റി മുഖം കാണിക്കാൻ തിടുക്കം കൂട്ടുന്ന ഓർമ്മകൾ....

മൊട്ടക്കുന്നിന്റെ അടിവാരത്തിൽ ഒരയ്യപ്പക്ഷേത്രം. ക്ഷേത്രത്തിന്റെ തെക്കുഭാഗത്തു എക്കാലത്തും പച്ചകെട്ടിക്കിടക്കുന്ന കുളം. അമ്പലക്കു ളത്തിന്റെ അരികിലൂടെ വയലിലേയ്ക്ക് പോവുന്ന ഒരിട വഴി. ആ ഇടവഴി യുടെ അവസാനത്തിലൊരു പുരയിടം. വാരിയത്ത്.

വാരിയത്ത്....!

സ്വന്തം വീടെന്നു സങ്കല്പിക്കാൻപോലും വൈമനസ്യം തോന്നത്തക്ക വിധത്തിൽ അകൽച്ച വീണിരിക്കുന്നുവെന്നോ! അവൾ വിസ്മയപ്പെട്ടു.

വേപ്പുമരങ്ങളും അലറിച്ചെടികളും ചെമ്പരത്തിയും വളർന്നു പന്തലിച്ച ആ വളപ്പ്... വെണ്മ മാഞ്ഞുതുടങ്ങിയ ചുമരുകളോടു കൂടിയ ആ വീട്.... അവിടത്തെ ഓരോ മൺതരിയും എല്ലാം വെറുപ്പെന്ന വികാരത്തിന്റെ ആവരണമിട്ടേ ഓർക്കാൻ കഴിയുന്നുള്ളൂ.

പിറന്ന വീടിന്റെ തകർച്ചയുടെ ചിത്രങ്ങൾ. ക്ഷേത്രത്തിലെ പരിചര ണങ്ങൾ കഴിഞ്ഞു പരിക്ഷീണനായി വീടുപറ്റുന്ന അച്ഛൻ. നിമിഷംപ്രതി വളർന്നുകൊണ്ടിരിക്കുന്ന നാലു പെൺമക്കൾ. ഉൽക്കണ്ഠാകുലയായ അമ്മ.

അടുക്കളയിൽനിന്നു പുക വമിക്കാത്ത ദിനങ്ങളുണ്ടായി. അച്ഛൻ മിക്കപ്പോഴും ക്ഷേത്രത്തിന്റെ വിശുദ്ധകവാടത്തിങ്കൽ തന്നെ ചടഞ്ഞു കൂടി. ശൂന്യമായ വയറുമായി പൂജാപുഷ്പങ്ങൾ പരതിനടക്കുന്ന അമ്മയ്ക്കു ബോധോദയമുണ്ടായി :

അമ്മ നിഷ്കർഷയോടെ കണ്ണെഴുതുകയും ചുണ്ടുകൾ മുറുക്കി ചുവപ്പിക്കുകയും ചെയ്തു. വാർദ്ധക്യത്തിന്റെ കിതപ്പുകളുയർന്നപ്പോൾ സ്വന്തം പെൺമക്കളുടെ താരുണ്യത്തിന്റെ തണൽ തേടി. അച്ഛൻ നിസ്സഹായതയോടെ നെടുവീർപ്പിട്ടു.

അമ്മയുടെ മുറുക്കിച്ചുവപ്പിച്ച ചിരികൾക്കു ശേഷം, ഇരുട്ട് മോഹാലസ്യപ്പെട്ടു കിടന്ന മുറികളിൽ വ്യത്യസ്തങ്ങളായ പുരുഷസ്വരങ്ങളുയർന്നു. സീൽക്കാരങ്ങളും അമർത്തിയ ചിരികളും ഉയർന്നു. അനിയത്തിമാർ മാറിമാറി ഏതെല്ലാമോ പ്രലോഭനങ്ങളിൽ വഴുതിവീണു. അടുക്കളയിൽനിന്നും പുകപൊങ്ങി. പാത്രങ്ങൾ തുടർച്ചയായി കൂട്ടിമുട്ടി.

വിഷധൂളികൾ നിറഞ്ഞുനിന്ന ആ അന്തരീക്ഷത്തിൽ നിന്നും താൻമാത്രം രക്ഷപ്പെട്ടതെങ്ങനെയായിരുന്നു? അല്ലെങ്കിൽ തന്റെ ശരീരം മാത്രമല്ലേ രക്ഷപ്പെട്ടത്. മനസ്സ്....

അനിയത്തിമാരുടെ പുച്ഛം കലർന്ന വാക്കുകൾ മനസ്സിലേല്പിച്ച മുറിവുകൾ....

-ഓപ്പോൾ എന്തുകൊണ്ടാണ് ഉണ്ണുന്നതെന്നറിയാമോ...?

-പരിശുദ്ധമായി നടന്നിട്ട് ഇനി ആരു വിശ്വസിക്കാനാ...

എന്നാൽ തന്നെ വിശ്വസിക്കുവാനും പരിരക്ഷിക്കുവാനും വലിയ ഹൃദയമുള്ള ഒരാളുണ്ടായി. അനിയത്തിമാരോ....

'എന്താ കുട്ടി ആലോചിച്ച് നിക്കണത്? സുജമോളെ ഒന്നെടുക്കു...'

ഏതോ ഒരു സ്വപ്നത്തിൽ നിന്നെന്നവണ്ണം അവൾ ഞെട്ടിയുണർന്നു.

'ഒന്നുംല്ല്യ.... ഞാൻ വീട്ടിലെ ഓരോരോ കാര്യങ്ങളോർക്കായിരുന്നു.'

'എന്താത്ര ഓർക്കാൻ, എനിക്കറിയാത്തതൊന്നും ഇല്ല്യല്ലോ....'

എന്തുകൊണ്ടോ ആ സ്നേഹത്തിന്റെ സ്വരം അവളുടെ മിഴികളിലും ഉൾത്തടങ്ങളിലും മഞ്ഞുവർഷിച്ചു.

വേഗം ഒരുങ്ങിക്കോളൂ. രാവിലത്തെ ട്രെയിൻ മിസ്സായാൽ വലിയ വിഷമാവും....

അവൾ ധൃതിപിടിച്ച് അടുക്കളയിലേയ്ക്കു നടന്നു.

വണ്ടി മെല്ലെ റെയിൽവേസ്റ്റേഷനിൽ നിന്നപ്പോൾ എന്തെന്നില്ലാതെ അവൾ തിടുക്കം കൊണ്ടു. പ്ലാറ്റ്ഫോമിലെ ബഹളവും മത്സ്യത്തിന്റെ ചീഞ്ഞ ഗന്ധവും എല്ലാം അവളെ ഏതോ പഴയ നാളുകളിലേയ്ക്ക് പിടിച്ചുവലിച്ചു. പ്ലാറ്റ്ഫോമിലെ വിജനമായ കോണിലെ ചുവന്ന പൂക്കൾ മാത്രമുള്ള മരത്തിന്റെ ചുവട്ടിൽ അവൾ ആശ്വാസമേഖല കണ്ടെത്തി.

സുജമോളെ കൊഞ്ചിച്ച് അദ്ദേഹം നടന്നെത്തുന്നതേ ഉണ്ടായിരുന്നുള്ളൂ. അച്ഛനും മകളും.

പൊടുന്നനെ അവൾ തന്റെ അച്ഛനെക്കുറിച്ചോർത്തു. അനിയത്തിയുടെ എഴുത്തിനെക്കുറിച്ചും.

-അച്ഛൻ സുഖമില്ലാതെ കിടപ്പിലാണ്. ഓപ്പോളെയൊന്നു കാണാൻ ആഗ്രഹം പ്രകടിപ്പിക്കുന്നു. അതുകൊണ്ട് മാത്രമാണിങ്ങനെയൊരു കത്തയയ്ക്കുന്നത്....

അച്ഛനൊന്നും സംഭവിക്കരുതേ. ഉള്ളിൽ സ്വയമറിയാതെ പ്രാർത്ഥനകൾ നിറഞ്ഞൊഴുകി. പുക തുപ്പി ചൂളം വിളിച്ചു വണ്ടി നീങ്ങി. തിടുക്കംപൂണ്ട കാൽവയ്പുകളോടെ ആളുകൾ കടന്നുപോയി. കുഞ്ഞിനേയുമെടുത്തു നടന്നുനീങ്ങിയ അദ്ദേഹത്തിനൊപ്പമെത്താൻ അവൾ ആയാസപ്പെട്ടു. കുതിക്കുന്ന മനസ്സിനോടൊപ്പം കാലുകൾ നീങ്ങുന്നില്ലല്ലോ എന്നും അവളോർത്തു.

ചെമ്മൺപാതയിലൂടെ നടക്കവേ, അകലെ കുന്നിന്റെ ഉച്ചിയിലുള്ള ക്രിസ്തീയദേവാലയം കാണായി. വയലിൽ ഉഴുതുമറിച്ചിട്ട ചേറിന്റെ ഗന്ധമേൽക്കവേ, അവളുടെ ഹൃദയം എന്തിനെന്നില്ലാതെ തേങ്ങി. ചിങ്ങമാസത്തിലെ ശുഭ്രസായാഹ്നങ്ങളിൽ അനിയത്തിമാരോടൊത്ത് കാക്കാപ്പൂക്കൾ പറിച്ചുനടന്ന വരമ്പുകൾ.

പോക്കുവെയിലിൽ തലയുയർത്തി നില്ക്കുന്ന, ക്ഷേത്രത്തിന്റെ താഴികക്കുടങ്ങൾ കാൺകെ മനസ്സ് ചഞ്ചലപ്പെടുകയാണെന്ന് അവൾ അറിഞ്ഞു. ഇടതുകൈയിലെ പ്ലാസ്റ്റിക് ബാസ്കറ്റ് അവൾ മുറുകെപ്പിടിച്ചു. അരയാൽത്തറയിൽ കുനിപ്പിടിച്ചിരിക്കുന്ന, രോമം കൊഴിഞ്ഞുതുടങ്ങിയ കിഴവൻ മൊച്ച.

ക്ഷേത്രനടയ്ക്കലുള്ള ചായക്കടയിൽനിന്നും ആരെല്ലാമോ എത്തിനോക്കുന്നതു കണ്ടു. പിന്നെ അമർത്തിയുള്ള സംസാരം. എതിരെയുള്ള കൽപ്പടവിൽ നിന്നു ഇറങ്ങിവന്ന ഒരാൾ പരിചിതഭാവത്തിൽ ചോദിച്ചു:

'ആരിത്... വാരസ്യാരോ...'

ഉണ്ണിനമ്പൂരി. അത്ഭുതം വിടർത്തിയ മിഴികളോടെ അവൾ നോക്കി.

കുളക്കടവിൽ സ്ത്രീകൾ കുളിക്കുന്നിടത്തേക്കും നോക്കി, സംസ്കൃതത്തിൽ ശൃംഗാരശ്ലോകങ്ങൾ ചൊല്ലാറുണ്ടായിരുന്ന ഉണ്ണി നമ്പൂരി. കട്ടിയേറിയ മീശ വച്ചിരുന്നതൊഴികെ യാതൊരു മാറ്റവുമില്ല.

'ഇപ്പഴെങ്കിലും വന്നൂലോ....'

'അച്ഛനു സുഖംല്ല്യാന്നറിഞ്ഞപ്പോ ഒന്നു കണ്ടുപൂവ്വാന്നു നിരീച്ചു....

ഉണ്ണിനമ്പൂരിയുടെ മുഖം മങ്ങിയത് അവൾ കണ്ടില്ല.

ഇടവഴിയുടെ അവസാനത്തിൽ, അവളെ കാത്തുനില്ക്കുംപോലെ അദ്ദേഹം തിരിഞ്ഞുനിന്നു. ഒരു നിമിഷം അവൾ മുഖത്തോടുമുഖം നോക്കി. പിന്നെ തുറന്നുകിടക്കുന്ന പടി കടന്നു. പുല്ലു വളർന്നുകിടക്കുന്ന മുറ്റം. ക്ഷൗരം ചെയ്യാൻ വൈകിയ അച്ഛന്റെ വിഷാദവദനം അവളുടെ ഓർമ്മയിൽ തെളിഞ്ഞു.

ഉമ്മറത്ത് ആരെയും കണ്ടില്ല. അദ്ദേഹമൊന്നു മുരടനക്കി. വാതിൽ തുറക്കുന്ന ചിലമ്പിച്ച ശബ്ദം. അനിയത്തി.

'അച്ഛ....നെ...വി....ടെ....യാണു കിടക്കുന്നത്?'

അനിയത്തിയുടെ കാർക്കശ്യം നിറഞ്ഞ മുഖം കാൺകെ അവളുടെ ശബ്ദങ്ങൾ ചിതറിവീണു.

'ആരുടെ അച്ഛൻ? ഞങ്ങളുടെ അച്ഛൻ അച്ചവാരര് മരിച്ചു പോയി....'

അകത്തുനിന്ന് ഒരു പൊട്ടിക്കരച്ചിലുയർന്നു; പുറത്തുനിന്നും.

പുഴയോരങ്ങൾ

പുഴയുടെ തീരത്തായി പാത അവസാനിക്കുന്നു. ഹോമിയോ ഡിസ്പൻസറിയുടെ മുന്നിലെ വളവിലെത്തിയപ്പോൾ അമ്മിണി തിരിഞ്ഞുനോക്കി. അയാൾ കമ്പിയിൽ തൂങ്ങി, എവിടേയ്ക്കോ മിഴിനട്ട് നിൽക്കുകയാണ്.

സീറ്റിനടുത്തുള്ള പ്ലാസ്റ്റിക് ബാസ്കറ്റ് കൂട്ടിപ്പിടിച്ച് അവിടെത്തന്നെ വച്ചു. ഫ്ളാസ്ക്കും ബേബിഫീഡറും ബാസ്ക്കറ്റിൽ ഒന്നുകൂടി അമർത്തി വച്ചു. മടിയിൽ ഉറങ്ങിക്കിടക്കുന്ന കുഞ്ഞിന്റെ മുഖത്ത് ഒരു നിമിഷം നോക്കി. വാലിട്ട് കണ്ണെഴുതിയിരിക്കുന്നതും കറുത്ത ചാന്തിന്റെ പൊട്ടു കുത്തിയിരിക്കുന്നതും അപ്പോഴാണ് ശ്രദ്ധിക്കുന്നത്. അമ്മ കാണുന്ന ഉടനെ പറയും:

-ന്റെ കുട്ടിയെ ആരെങ്കിലും കണ്ണിട്ടുണ്ടാവും....

എല്ലാം തുളസിയുടെ വേലയാണ്.

ടാക്സിയിൽ കയറിയിരിക്കുന്നതുവരെയും കുഞ്ഞു തുളസിയുടെ കൈയിലായിരുന്നല്ലോ. പോരുമ്പോൾ പറയുകയുണ്ടായി:

-ഏട്ത്തിയമ്മ വേഗം വരണേ... സ്മിതമോള്വ്ടെ ഇല്ലാഞ്ഞാല്... നേരം പോവില്ല്യ...

-നേരം പോണില്ലെങ്കി ഏട്ടനോട് പറയാം ഈ വെക്കേഷനിൽത്തന്നെ....ആയ്ക്കോട്ടെ.

-ഈ ഏട്ത്തിയമ്മക്കെന്തിന്റെ സൂക്കേടാ...

മുഖത്തു സിന്ദൂരം തട്ടി ചിതറി. തുളസി തന്നെ പിച്ചിക്കൊണ്ട് കടന്നു പോയി.

ബസ്സ് വിതുമ്പിക്കൊണ്ട് നിന്നു. റിവേഴ്സ് ചെയ്തു നിർത്തി. എല്ലാവരും ഇറങ്ങാൻ തിടുക്കം കൂട്ടി. അമ്മിണി അവിടെത്തന്നെ

ഇരുന്നു. കുഞ്ഞിനെയുംകൊണ്ട് തിരക്കാനൊന്നും കഴിയില്ല. അല്ലെങ്കിൽ എന്തിനാണ് ധൃതികൂട്ടുന്നത്?

കുഞ്ഞിനെ മാറോട്ടുചേർത്തു പിടിച്ചു. പ്ലാസ്റ്റിക് ബാസ്കറ്റിന്റെ [illegible] സാരിത്തുമ്പ് വിടർത്തി നേരേയാക്കി. അയാൾ റോഡിനടുത്ത് ഇറങ്ങിനിന്നിരുന്നു. സിഗരറ്റിന്റെ പുക ഊതി പറത്തി ക്കൊണ്ട് അയാൾ ചോദിച്ചു:

-മോള് ഉറങ്ങ്യോ?

-ഉം

മുഖമുയർത്തിക്കൊണ്ട് മെല്ലെ മൂളി. അപ്പോൾ അയാൾ കുറുനിര വീണു കിടക്കുന്ന വീതികുറഞ്ഞ അവളുടെ നെറ്റിത്തടവും വിയർപ്പു പൊടിഞ്ഞുനിന്ന ചുവന്നുതുടുത്ത മുഖവും ശ്രദ്ധിച്ചു.

-മോളെ ഞാനെടുക്കണോ?

-ഉം ഉം

അവൾ നിരസിച്ചു. പിന്നെ പറഞ്ഞു:

-തോണിയതാ വരുന്നു.

മെല്ലെ കടവത്തേക്കു നടന്നു. അയാൾ അടുത്തുള്ള പെട്ടിക്കടയിലേക്കു കയറി.

കരയിലെ, പൊട്ടിയ ഓടുകൊണ്ട് കെട്ടിയുയർത്തിയ മതിലിനോടു രുമ്മിക്കൊണ്ട് തോണി. തോണിയിൽ നിന്നിറങ്ങിയ രണ്ടു മൂന്നു ചെറുപ്പക്കാർ അവളെ തുറിച്ചുനോക്കി. എവിടേക്കോ ശ്രദ്ധിക്കുന്നതുപോലെ അവൾ നിന്നു. സിഗരറ്റുപേക്കറ്റ് പോക്കറ്റിൽ തിരുകിക്കൊണ്ട് അയാൾ അടുത്തേക്കു വന്നു.

-കയറിക്കോളൂ.

പ്ലാസ്റ്റിക് ബാസ്ക്കറ്റ് അയാൾ വാങ്ങി കൈയിൽ വച്ചു. ഇടതു കൈകൊണ്ട് കുഞ്ഞിനെ മാറോടു ചേർത്തുപിടിച്ചു. തെല്ലു കുമ്പിട്ട് അവൾ ഹൈഹീലുള്ള ചെരിപ്പൂരി വലതുകൈയിൽ തൂക്കിപ്പിടിച്ച് തോണിയിലേക്കു കയറി. സാരിയുടെ അറ്റം നനഞ്ഞപ്പോൾ ജാള്യം തോന്നി.

അല്പാല്പം നനവുപറ്റിയ തോണിപ്പടിയിലേക്കു നോക്കി അവൾ തെല്ലിട നിന്നു. അയാൾ തോണിയിലേക്കു കയറി ബാസ്കറ്റിൽ നിന്ന് ഇളം പച്ചനിറമുള്ള ടർക്കിഷ് ടവ്വലെടുത്തു തോണിപ്പടിയിൽ വിരിച്ചു. അവിടെയിരുന്ന് അവൾ കരയിൽ ചുറ്റിപ്പറ്റിനില്ക്കുന്ന ചെറുപ്പക്കാരുടെ നേരേ മിഴികളുയർത്തി. ആർത്തിപിടിച്ച കണ്ണുകൾ. സ്ത്രീകളെ കാണാത്ത

വക; അവൾ മനസ്സിൽ മന്ത്രിച്ചുവെങ്കിലും മധുരമായ ഒരു അസ്വാസ്ഥ്യ മാണ് തോന്നിയത്.

നനഞ്ഞ സാരിയുടെ അഗ്രം അൽപം മേലോട്ട് തെറുത്തു വച്ചു. അവളുടെ അടിപ്പാവാടയുടെ തുമ്പും വെളുത്ത കണങ്കാലിൽ നനഞ്ഞു പതിഞ്ഞു കിടക്കുന്ന നനുത്ത ചെമ്പൻ രോമവും ദൃശ്യമായി. ചെറപ്പക്കാരുടെ കുതൂഹലം കാൺകെ അവൾക്ക് തെല്ല് രസം തോന്നാതിരുന്നില്ല. അവളുടെ അരികിലായി അയാൾ ഇരുന്നിരുന്നു.

-പോവ്വല്ലേ?

കടത്തുകാരൻ ആരോടെന്നില്ലാതെ പറഞ്ഞു. കുഞ്ഞോളങ്ങളെ തള്ളിമറിച്ചുകൊണ്ട് തോണി മെല്ലെ നീങ്ങി. മടിയിൽ കിടക്കുന്ന കുഞ്ഞിന്റെ മുഖത്തു വെയിൽനാളങ്ങൾ മുത്തമിടുന്നു. അവൾ കൈപ്പടം കൊണ്ട് മറവു സൃഷ്ടിക്കാൻ ശ്രമിച്ചു.

-കുട എടുക്ക്വായിരുന്നു.

അയാൾ പറഞ്ഞു. അവൾ ഒന്നും മിണ്ടിയില്ല.

തോണി മെല്ലെ കരപറ്റി. കുഞ്ഞുണർന്നു കരയാൻ മുതിർന്നു. വീണ്ടും ഉറക്കമായി. അവൾ മെല്ലെ നടന്നു. വെറുതെയൊന്ന് തിരിഞ്ഞുനോക്കി. അയാൾ പേഴ്സ് തുറക്കുന്നു. കടത്തുകാരൻ ഭവ്യതയോടെ അടുത്തു നില്ക്കുന്നു.

വഴിയോരത്തുള്ള വലിയ ചുവന്ന ബോർഡ് കണ്ട് അത്ഭുതപ്പെട്ടു. കള്ളുഷാപ്പ്! അതവിടെ മുമ്പുണ്ടായിരുന്നോ? അവൾ വെറുതെ ഓർമ്മയിൽ പരതി. മുന്നോട്ടു നോക്കിയപ്പോൾ പെട്ടെന്ന് അധീരയായി. കൽവെർട്ടിന്റെ ചാരത്തായി നില്ക്കുന്നതാരാണ്! ദൈവമേ സേത്വേട്ടൻ....

-സേത്വേട്ടൻ.

പതഞ്ഞുവന്ന പരിഭ്രമം ഉള്ളിലൊതുക്കി. ഇവിടെ കാത്തു നില്ക്കാം. അയാൾ കൂടെ എത്തട്ടെ.

-നടന്നോളൂ... ഞാനിതാ എത്തി.

ആ ശബ്ദം അവളെ മെല്ലെ, വളരെ മെല്ലെ മുന്നോട്ടു തള്ളി. കാൽമുട്ടുകൾ തമ്മിൽ കൂട്ടിയിടിക്കുന്നു. ആശ്വസിക്കുവാൻ ശ്രമിച്ചു. കാണാത്ത ഭാവത്തിൽ ഒഴിഞ്ഞുപോവുമായിരിക്കാം.

എത്ര മെല്ലെ നടന്നിട്ടും കൽവെർട്ടിന്റെ അടുത്തെത്തിയല്ലോ! സേത്വേട്ടൻ ചിരിച്ചുകൊണ്ട് അടുത്തേക്കു വന്നു. ഹൃദയം പതറുകയായിരുന്നു.

-വരുന്ന വഴിയായിരിക്കും.

ചോദിച്ചത് അയാളുടെ മുഖത്തു നോക്കിയാണ്

-അതെ.

ഉത്തരം കൊടുത്തത് അവൾ. അവളുടെ മുഖത്ത് അപരിചിതത്വത്തിന്റെ നിഴൽപ്പാടുകൾ.

അവൾ തിടുക്കത്തിൽ പറഞ്ഞു:

-സേതുവേട്ടനെ മനസ്സിലായില്ലേ.... ഗോപാലമ്മാമേടെ മകൻ.....

അയാൾ ചിരിക്കാൻ ശ്രമിച്ചു.

-കാണണ്ടേ എന്നാലല്ലേ അറിയൂ.

-കേട്ടറിവുണ്ടായാലും മതിയല്ലോ....

സേതുവേട്ടൻ അവളെയൊന്നു നോക്കിയോ! അവൾ തെല്ലു നടുങ്ങിയോ....!

-കുഞ്ഞ് ഉറങ്ങ്വാണോ.... ഉണർത്തിയാലും സാരല്ല്യ....നോക്കട്ടെ....

കുഞ്ഞിനെ സേതുവേട്ടൻ വാങ്ങിയെടുത്തു. അപ്പോൾ അവളുടെ താലിച്ചെയിൻ സേതുവേട്ടന്റെ വിരലിൽ കുരുങ്ങി. ഒരു നിമിഷം മാത്രം. പെട്ടെന്നു വേർപെടുത്തുകയും ചെയ്തു.

കുഞ്ഞ് ഉണർന്നു. കുഞ്ഞിക്കൈകളുയർത്തി കണ്ണുതിരുമ്മി. കൺമഷി കൺതടത്തിലെല്ലാം പടർന്നു. പെട്ടെന്നു കരയാൻ തുടങ്ങി.

-ഒറക്കപ്രാന്താ.

അവൾ പറഞ്ഞു.

-പരിചയം ല്ല്യാഞ്ഞിട്ടാ.

അയാൾ പറഞ്ഞു.

-ഹായ് ഹായ്.... കരയരുത്... മോൾക്ക് ബിസ്കറ്റു വേണോ....

കുഞ്ഞിനെയും കൊണ്ട് സേതുവേട്ടൻ അടുത്ത സ്റ്റേഷനറിക്കടയിലേക്ക് കയറി. കുഞ്ഞു കരഞ്ഞുകൊണ്ടേയിരുന്നു.

അയാൾ അവളുടെ മുഖത്തേക്കു നോക്കി. അവൾ തലതിരിച്ചു. ഉള്ളിൽ അലറുന്ന കടൽ.... മൂടൽമഞ്ഞു ചിതറിവീഴുന്ന അസംഖ്യം പ്രഭാതങ്ങൾ. അമ്പലക്കുളത്തിലെ ലഹരിയുടെ സായാഹ്നങ്ങൾ. നിർവൃതിയുടെ എത്രയോ നിമിഷങ്ങൾ. ഹൈസ്കൂളിലെ മധുര ദിനങ്ങൾ. കോളേജ് ഹോസ്റ്റലിൽ നിന്ന് ആത്മാവിന്റെ സുഗന്ധവും വഹിച്ചുകൊണ്ട് വന്നെത്തിയിരുന്ന കത്തുകൾ... ഗോപാലമ്മാമ അച്ഛനെതിരായി ഏതോ ഒരു

കേസിനു സാക്ഷി പറഞ്ഞിരുന്നില്ലെങ്കിൽ....

സേത്വേട്ടൻ കുഞ്ഞിനെയും കൊണ്ടു തിരിച്ചുവന്നു.

-അമ്മിണി നിന്റെ മോള് എന്നോടിണങ്ങിയില്ല.

അവൾ കുഞ്ഞിനെ വാങ്ങിയെടുക്കവേ അകമേ വിതുമ്പി.

-കുഞ്ഞിനു കൊടുക്കാം.

സേത്വേട്ടൻ ബിസ്കറ്റിന്റെ പാക്കറ്റു നീട്ടി.

-വേണ്ടീര്ന്നില്ല. കുട്ടിക്ക് അതൊന്നും കൊടുക്കാറില്ല.

-എന്നാൽ അമ്മിണിക്കാവട്ടെ.

അമ്മിണി ചിരിക്കാൻ ശ്രമിച്ചു.

-വേഗം നടന്നോളൂ. വെയിൽ മൂക്കുന്നു.

അയാൾ മുന്നിൽ നടന്നു. നിഴൽപോലെ അവളും.

എന്തിനെന്നില്ലാതെ അവൾ തിരിഞ്ഞുനോക്കി. സേത്വേട്ടൻ അവിടെത്തന്നെ നില്ക്കുന്നു.

കോമാളികൾ

നഗരാതിർത്തിക്കപ്പുറമുള്ള ക്ലറ്റൻ ഫാക്ടറിയിലേയ്ക്ക് മുളയും കയറ്റി ഇഴഞ്ഞുനീങ്ങിയ കിഴവൻ ലോറിയെ ഓവർടേക്കു ചെയ്യാൻ ശ്രമിച്ച് പരാജയപ്പെട്ട ഡ്രൈവർ തെറി ഉർദ്ദിച്ചു. എണ്ണമയമില്ലാത്ത മുടി കാറ്റിൽ പറത്തുന്ന തൊട്ടു മുന്നിലുള്ള സീറ്റിലെ വെളുത്തുമെലിഞ്ഞ പെൺകിടാവ് നാണിച്ചു തലതാഴ്ത്തി. വലിയ പോക്കറ്റും പോക്കറ്റു നിറയെ കടലാസുകളും തടിച്ച പേനയും ഉള്ള മധ്യവയസ്കൻ ക്ലറ്റൻ ഫാക്ടറിക്കരികിലൂടെയൊഴുകുന്ന പുഴയുടെ നിറം മാറിയതിനെക്കുറിച്ച് സംസാരിച്ചു. അനുബന്ധമായി മറ്റൊരു സഹയാത്രികൻ കറുത്ത പുഴയിൽ ചത്തുപൊങ്ങുന്ന മീനുകളെക്കുറിച്ചും. ഏതോ ഒരു ഇംഗ്ലീഷ് പടത്തിലെ കോമാളിയെ ഓർമ്മിപ്പിക്കുന്ന കണ്ടക്ടർ ടിക്കറ്റുമായി നീങ്ങി.

മരണം സംഭവിച്ച വീട്ടിൽ ദുഃഖം എഴുതിയുക്കിയ മുഖങ്ങളുടെ ഇടയിൽ അന്യഥാത്വത്തിന്റെ നിഴലിൽ അപ്രസക്തമായ മറ്റൊരു നിഴലായി ചേരാൻ ഗൗതമനും ഒരു യാത്രക്കാരൻ. ഞരങ്ങിയും മൂളിയും പൊടി പറത്തിയും ബസ്സ് ഓടിക്കൊണ്ടിരുന്നു. തൊട്ടുമുന്നിലെ സീറ്റിലിരിക്കുന്ന വെളുത്തുമെലിഞ്ഞ പെൺകിടാവിന്റെ മുടിത്തുമ്പുകൾ മുഖത്തു മൃദുലമായി തലോടവേ, മരണം സംഭവിച്ച വീട്ടിൽ അവസാനമായി ചെലവഴിച്ച ഒരു മധ്യാഹ്നം ഗൗതമന്റെ മനസ്സിൽ.

ക്ലറ്റൻ ഫാക്ടറിയും കറുത്ത പുഴയും സംസാരവിഷയമാക്കിയിരുന്ന സഹയാത്രികർ, പലവഴികളിലുമായി പിരിയേണ്ടുന്നവർ, ഇനിയൊരിക്കൽ കണ്ടാൽ പരിചയം നടിക്കണമെന്നില്ലാത്തവർ, വീണ്ടുമൊരിക്കൽ കാണാൻ ഇടയില്ലാത്തവർ മറ്റെന്തോ വിഷയം അവതരിപ്പിക്കാൻ തുടങ്ങിയിരിക്കുന്നു. വീതികുടിയ, ഏറെ വളവുകളും തിരിവുകളുമില്ലാത്ത പാതയുടെ ഇരുവശവും വയലുകളുടെ വരണ്ട മുഖം ദൃശ്യമാവാനും.....

മരിക്കാത്ത ഏതോ വിദൂരസ്മരണപോലെ മെയിൻ റോഡിൽ

നിന്നും വടക്കോട്ടുതിരിയുന്ന ചുവന്ന പാതയുടെ ആരംഭത്തിൽ ബസ്സ് ഒരു ഞരക്കത്തോടെ നിന്നു. ധൃതിപിടിച്ചിറങ്ങുന്നവരുടെ കൂട്ടത്തിൽ ഗൗതമനും....

ആ വഴിത്തിരിവിലെ [illegible]പാതയിൽ പുതുതായി മുളച്ച പൊന്തിയ കടകളിൽ ഒരുനിമിഷം കണ്ണയച്ച്, ചുവന്ന പാതയിലൂടെ യുവത്വത്തിന്റെ പ്രസരിപ്പുള്ള വെയിൽ വിസർജിച്ച ഊഷ്മളതയിൽ ചവിട്ടി ഒരു സ്വപ്നാടകനെപ്പോലെ ഗൗതമൻ നടന്നു.

പൊടിപുരണ്ട ചുവന്ന പാതയിലൂടെ സൈക്കിളുരുട്ടി നടന്ന കറുത്ത മെലിഞ്ഞ അപരിചിതനായ ചെറുപ്പക്കാരൻ പറഞ്ഞു :

'ന്റെ സൈക്കിളിന്റെ ടയർ പഞ്ചറായി....'

അതുവരെയും ശ്രദ്ധിക്കാതിരുന്ന സഹയാത്രികനെ വെറുതെയൊന്നു നോക്കുകമാത്രം ചെയ്തു.

'ങ്ങള് അപ്പൂട്ടിവൈദ്യർ മരിച്ചതറിഞ്ഞ് പോവ്വാല്ലേ?'

വിയർപ്പുചാലൊഴുകുന്ന, എല്ലുകളെഴുന്നുനില്ക്കുന്ന ആ മുഖത്തു പടർന്ന പരിചിതഭാവം കാൺകെ ഗൗതമൻ അത്ഭുതം കൂറി.

'ങ്ങളെയ്ക്കറിയാ... വൈദ്യരുടെ ഇളയമോൻ നവീനചന്ദ്രന്റെ കൂടെ.... കുന്നുംപുറത്ത്....'

'വൈദ്യരുടെ മരണം വല്ലാത്ത മരണമായിപ്പോയി.....'

-ചങ്ങാതി നിന്റെ സൈക്കിളിന്റെ ടയർ പൊടുന്നനെ പഞ്ചറായതുപോലെ എന്നു പറയാനാഗ്രഹിച്ചു. ആ മനുഷ്യന്റെ മരണം എന്റെ മനസ്സിലുളവാക്കിയ ദുഃഖത്തെക്കുറിച്ച് ആരുമാരുമറിയരുതെന്നുള്ളതുകൊണ്ട്....

'ഏതായാലും ആള് ബാഗ്യവാനാ... ആൺമക്കളൊക്കെ ഒരു കരക്കായി. മൂപ്പരെ ചെറിയ മോളെ ഡോട്ടർബാഗം പഠിപ്പിക്കണംന്ന് പറഞ്ഞീനി, അതു കയിഞ്ഞില്ല.'

അയാൾക്ക് കഴിയാതിരുന്നത് അതുമാത്രമല്ലെന്ന് ഗൗതമൻ പറഞ്ഞില്ല.

'മകൾക്കിനിയും പഠിക്കാലോ.'

'അതൊക്കെ ഇനിയൊരു വക്യാ.... ഇന്യൊക്കെ ആങ്ങളമാരെ മനസ്സുപോലെ നടക്കും.'

ഇനി കുടുംബത്തിന്റെ ചുക്കാൻ പിടിക്കുന്നത് പൊങ്ങച്ചക്കാരനായിരുന്ന ആ മനുഷ്യന്റെ പൊങ്ങച്ചക്കാരനായ മകൻ ഉണ്ണികൃഷ്ണൻ.

പോയവർഷങ്ങളുടെ കയത്തിലേക്ക് തന്നെ തള്ളിവിട്ട അപരിചിതനായ സഹയാത്രികനെ വ്യാഖ്യാനിക്കാനാവാത്ത വികാരത്തോടെ ഗൗതമൻ നോക്കി.

'[illegible] അദ്ദേഹം കാണാൻ കഴിഞ്ഞില്ല. വൈദ്യശാലയിൽ വർത്തമാനം പറഞ്ഞ് ഇരിക്കിണിടയിൽ ഒരു നെഞ്ചുവേദന. പിന്നെ ചോര ഛർദ്ദിച്ചു. നല്ല കാലത്തിന് ആ രാഘവൻ വന്നു പെട്ടീന്... ഓന്റെ മടിയിൽ കിടന്നാ കണ്ണടച്ചത്. ഓന്റെ കയ്യോണ്ടാ ഒരു തുള്ളി വെള്ളം കിട്ടീത്... ഇതൊക്ക്യാ വിധീന്ന് പര്യേണത്....'

പാതയിലെ കൂട്ടുകാരൻ സ്വയമറിയാതെ ഗൗതമന്റെ മനസ്സിലേക്ക് ഒരു തീപ്പൊരി നുള്ളിയിട്ടു. അവിടം പുകയാൻ തുടങ്ങിയിരുന്നു.

ആ മനുഷ്യന് ഒരുതുള്ളി വെള്ളം കൊടുക്കുവാൻ രാഘവൻ വേണ്ടിവന്നു. അല്ലെങ്കിൽ രാഘവനേ ഉണ്ടായുള്ളൂ!

രാഘവൻ തന്റെ ഭാര്യാസഹോദരിയുടെ മകനാണെന്നു പറയാൻപോലും അയാൾക്കു മടിയായിരുന്നു. രാഘവൻ വിദ്യാഭ്യാസമില്ലാത്തവൻ. വില കുറഞ്ഞവൻ. കൊള്ളരുതാത്തവൻ. ക്ഷണിക്കപ്പെടാത്ത അതിഥിയായി അവൻ ആ വീട്ടിൽ കടന്നുചെല്ലുമ്പോൾ അലമാരകളും പെട്ടികളും ഭദ്രമായി പൂട്ടണമെന്ന് ഭാര്യയെ ഉപദേശിക്കുമായിരുന്ന ആ മനുഷ്യൻ...

'ആ ചെറിയ പെങ്കുട്ടീന്റെ നെലവിളിയാ സഹിക്കാൻ വയ്യാത്തത്.... അതിനെ കോളേജീന്ന് എടുത്ത് കൊണ്ട്ര്യേ...'

ഊഹിക്കാനാവുന്നു. അച്ഛന്റെ മരണം അവളിലുളവാക്കിയിരിക്കാവുന്ന ദുഃഖത്തിന്റെ ആഴം. നടുക്കം. വിഹ്വലത...

കുന്നിൻമുകളിലെ കോളേജിലേക്ക് പുറപ്പെടുമ്പോൾ സാധാരണപോലെ, പൂമുഖത്തെ സിമന്റ് തിണ്ണയിലിരുന്ന് താൻപോരിമ പറഞ്ഞ ആ മനുഷ്യൻ....

എല്ലാം അങ്ങനെയാണ്. എവിടെ പ്രതാപം? എവിടെ ഔന്നത്യം? എവിടെ ഔദ്ധത്യം?

ജീവിച്ചിരിക്കുന്ന നാളുകളിൽ എല്ലാം വിലയ്ക്കു വാങ്ങാമെന്നു കരുതുന്നു. മടിശ്ശീലയുടെ കനത്തിനനുസരിച്ച് സ്നേഹബന്ധങ്ങൾ....

'ശവദാഹം കഴിഞ്ഞിട്ടില്ല. ഏതോ ഒടുങ്ങ്യ രാജ്യത്തീന്ന് വരാനുള്ള ആൺമക്കളേം കാത്ത് ഇരിക്കാത്രേ...'

ഉണ്ണ്യേട്ടനും തമിഴത്തിയായ ഭാര്യയും ഉത്തരേന്ത്യയിലാണെന്ന് ആരോ പറയുന്നത് കേട്ടിട്ടുണ്ട്. ഗൗതമൻ ഓർത്തു. നവീന ചന്ദ്രൻ

എവിടെയാണ്? അറിയാത്തതിൽ ഇപ്പോൾ ഖേദമില്ല. വർഷങ്ങളോളം ഒന്നിച്ച കഴിഞ്ഞവർ. വർഷങ്ങളായി അകൽച്ചയിൽ കഴിയുന്നവർ. അകൽച്ചയുടെ തുടക്കം എവിടെ നിന്നായിരുന്നു?

ക്ക് തോന്നണ്ണ്യ് ഓർക്ക് ശവം കൂടി കാണാൻ കഴിയൂലാന്നാ....

ഗൗതമൻ മറുപടി പറയുന്നുണ്ടായിരുന്നില്ല. പക്ഷേ സഹയാത്രികൻ താല്പര്യപൂർവ്വം സംസാരിച്ചുകൊണ്ടേയിരുന്നു:

ഞാനിവ്ട്ന്ന് പിരീംട്ടൊ... ഇനിങ്ങള് നടക്കി.....

പരിചിതമായ അങ്ങാടിയുടെ തിരിവിലെത്തവേ, വഴിയിൽ നിന്നു കിട്ടിയ സുഹൃത്ത് യാത്ര പറഞ്ഞു.

ചായമടർന്നു തുടങ്ങിയിരിക്കുന്ന നയിംബോർഡിനുപിന്നിൽ കണ്ണടച്ചിരിക്കുന്ന വൈദ്യശാല. അതിന്റെ അനാഥത്വം വിളിച്ചോതുന്ന ഭാവം ഉള്ളിൽ നൊമ്പരമുണർത്തുന്നുവെന്ന് ഗൗതമൻ അറിഞ്ഞു.

മുമ്പ്, വളരെമുമ്പ് നവീനചന്ദ്രന്റെ കൂടെ ആരും കാണാതെ സിഗരറ്റ വലിക്കാൻ കണ്ടെത്തിയിരുന്ന സ്റ്റേഷനറിക്കടയുടെ, നിഴൽവീണ മൂലയിൽ കണ്ണെത്തവേ മിഴിനീരിന്റെ തിരശ്ശീല. അവിടേക്കൊന്നും ശ്രദ്ധിക്കാതെ നടന്നു. പാതയിൽനിന്നു കിട്ടിയ കൂട്ടുകാരനെപ്പോലെ മുഖച്ഛായ മനസ്സിൽ സൂക്ഷിക്കുന്നവർ ഇനിയുമുണ്ടാവാം.

വരണ്ട തോടിന്റെ പാർശ്വങ്ങളിലെ കൈതക്കാട്. അതിന്റെ ഓരത്തു നിന്നു തുടങ്ങുന്ന നടപ്പാത. മരണം സംഭവിച്ച വീടിന്റെ മ്ലാനമായ മുഖം.

മുറ്റത്തും പൂമുഖത്തുമായി കൂടിനില്ക്കുന്ന ആളുകൾ. എല്ലാ കണ്ണുകളും ഗേറ്റിലേക്ക്. പതറിപ്പോകുമോ? തെക്കുവശത്തെ മാഞ്ചോട്ടിൽ നില്ക്കുന്ന രാഘവനെ പെട്ടെന്ന് തിരിച്ചറിഞ്ഞു. എന്നാൽ ഗൗതമൻ നേരെ അകത്തളത്തിലേക്ക് കടന്നു.

ഇടനാഴിയിലും കോവണിച്ചുവട്ടിലുമായി സ്ത്രീകളുടെയും കുട്ടികളുടെയും നനഞ്ഞ മുഖങ്ങൾ. മെല്ലെ, മെല്ലെ ആ മുറിയുടെ വാതിൽക്കലേക്ക്.... കത്തുന്ന നിലവിളക്ക്, കത്തിയെരിയുന്ന ചന്ദനത്തിരികൾ, നീറിപ്പുകയുന്ന സാമ്പ്രാണിയും കുന്തിരിക്കവും. മരണത്തിന്റെ ഗന്ധം. ആ മനുഷ്യൻ നീണ്ടുനിവർന്നു കിടക്കുന്നു.

പെട്ടെന്നൊരു പൊട്ടിക്കരച്ചിലിന്റെ ആരോഹണം. അച്ഛന്റെ മൂത്ത പെങ്ങൾ. അവളും.....

'മോനേ....'

'ഗൗതമേട്ടാ....'

സ്വന്തം ആൺമക്കൾപോലും എത്തുന്നതിനുമുമ്പ് ഞാനിവിടെ എത്തിയിരിക്കുന്നു.

പകയും വിദ്വേഷവും അലിഞ്ഞുതീരുകയാണോ? മിഥ്യാഭിമാനവും [illegible]?

'ഗൗതമേട്ടാ എനിക്കിനി ആരുംല്ല്യാല്ലോ....'

ഏതോ ഒരു വിഭ്രമത്തിന്റെ, വിസ്മൃതിയുടെ നിമിഷത്തിൽ അവൾ കെട്ടിപ്പിടിച്ചു വിതുമ്പി.

'മോളേ നീ എന്താ കാണിക്കുന്നത്?'

ഗൗതമന് ജാള്യം തോന്നി. അവളെ പിടിച്ചു മെല്ലെ വേർപെടുത്തി. ആ വിയർപ്പിന്റെ ഗന്ധത്തിൽ മുങ്ങി, സാന്ത്വനിപ്പിക്കാൻ വാക്കുകളില്ലാതെ ഒരു വിഡ്ഢിയെപ്പോലെ ഗൗതമൻ പരുങ്ങി.

അവളുടെ അമ്മ, ആ മനുഷ്യന്റെ എന്തെല്ലാമോ കാര്യങ്ങൾ നുള്ളിപ്പെറുക്കി പറയുകയോ, കരയുകയോ ചെയ്യുണ്ടായിരുന്നു. ചന്ദനത്തിരിയുടെ ചുവന്ന കണ്ണുകളിൽനോക്കി, വീർപ്പുമുട്ടലോടെ ഗൗതമൻ നിമിഷങ്ങൾ എണ്ണി. ഒടുവിൽ പുറത്തേക്കു കടന്നു.

മാവിന്റെ കടക്കൽ മഴു ആഞ്ഞു വീഴുന്നതിന്റെ ശബ്ദം. സിഗരറ്റിന്റെയും ബീഡിയുടെയും ഗന്ധം. ആരുടെയെല്ലാമോ അടക്കിപ്പിടിച്ച സംസാരം.

'ഇനി കാത്തിരിക്ക്യാൻ പറ്റില്ല. ഒക്കെ വിധീന്ന് കരുതിയാൽ മതി....'

'ഫോട്ടോഗ്രാഫർ വന്നിട്ടുണ്ട്. ആ റീത്ത് അവിടെ വെക്ക്....'

പൂമുഖത്തേക്ക് എടുത്ത് കിടത്തണം.

ഏതോ വിദൂരതയിൽ നിന്നെന്നവണ്ണം ഗൗതമൻ എല്ലാം കേട്ടു. കൃത്രിമമാക്കപ്പെടുന്ന മൂകത, വാചാലതയും.

ശവം പൂമുഖത്തേക്കെടുത്തുമാറ്റിയപ്പോൾ വീണ്ടും അലമുറയുയർന്നു. കരച്ചിലിന്റെ ആരോഹണവും അവരോഹണവും.

'മാധവ്യേടത്ത്യേ, ഒന്നു ശവത്തിന്റടുത്ത് വന്നിരിക്കണം. മോളും വേണം. ഫോട്ടോ എടുക്കാനാ...'

ഏതോ അടുത്ത ബന്ധുവിന്റെ സ്വരം. അമ്മയും മകളും എഴുന്നേല്ക്കുന്നു. അമ്മ മുണ്ടും നേര്യതും നേരെയാക്കുന്നു. നിലക്കണ്ണാടിയുടെ മുമ്പിലേക്ക്....

അമ്മയും മകളും പൂമുഖത്തേക്ക് അകമ്പടിയോടെ കടന്നുവന്നപ്പോൾ വിലകൂടിയ പൗഡറിന്റെ ഗന്ധം....

'വേറെയാരൊക്കെയാ... അടുത്തബന്ധത്തിലുള്ളവരൊക്കെ ഇരിക്കട്ടെ.... ശവത്തിന്റെ തല അവരുടെ മടിയിൽ വയ്ക്കാം....'

ആരെല്ലാമോ ഫോട്ടോവിൽ കടന്നുകൂടാൻ തിരക്കുകൂട്ടുന്നതുകണ്ടു. ചിലരെയെല്ലാം മാറ്റിനിറുത്തുന്നതും കണ്ടു.

മരണം സംഭവിച്ച മനുഷ്യന്റെ ദുഃഖിതയായ ഭാര്യയെയും ദുഃഖിതനായ മകളെയും ആനയിച്ച ദുഃഖിതനായ അടുത്ത ബന്ധു ഒരുങ്ങിനില്ക്കുന്ന ഫോട്ടോഗ്രാഫറോട് എന്തോ അടക്കം പറഞ്ഞു. ഫോട്ടോഗ്രാഫർ മാടിവിളിക്കുന്നതും കണ്ടു. അമർഷം ഉള്ളിലൊതുക്കി ഗൗതമൻ മെല്ലെ അടുത്തേക്കു ചെന്നു.

‘നിങ്ങൾ ഈ കൂട്ടത്തിലൊന്നിരിക്കണം.’

‘ഞാനാ കൂട്ടത്തിൽ പെടില്ല....’

ദുഃഖിതർ മുഖത്തോടുമുഖം നോക്കുന്നതുകണ്ടു.

അസ്വസ്ഥത വർധിക്കുകയായിരുന്നു. ഫോട്ടോഗ്രാഫർ വീണ്ടും:

‘ഹേയ് മിസ്റ്റർ നിങ്ങളുടെ സൗന്ദര്യം കൊണ്ടല്ല.’

‘ഫാ....’

സ്വയം മറന്ന, ഒരു നിമിഷം. ഒരു പൊട്ടിത്തെറി. ഫോട്ടോഗ്രാഫർ വീണുവോ? ക്യാമറ വീണുവോ? ആരുടെയെല്ലാമോ ശബ്ദങ്ങൾ. വീണ്ടും ഒരു കരച്ചിലിന്റെ ആരംഭം. ഒന്നും അറിയാൻ കഴിഞ്ഞില്ല. ഗേറ്റുകടക്കുമ്പോൾ കിതയ്ക്കുകയായിരുന്നു. വിതുമ്പുകയായിരുന്നു ഗൗതമൻ.

ഗൗതമൻ, രാധിക തുടങ്ങിയവരുടെ സ്വപ്നം

ശബ്ദലേഖനയന്ത്രത്തിൽനിന്നു വാർത്തകൾ പെറുക്കിയെടുത്തു കൊണ്ടിരുന്നപ്പോഴോ, ടെലിപ്രിന്ററിന്റെ പരുക്കൻ താളം ശ്രവിച്ചുകൊണ്ട് കടലാസ്സുകെട്ടുകൾക്കു മുന്നിൽ തപസ്സനുഷ്ഠിച്ചിരുന്ന പ്പോഴോ, വിശ്രമവേളയിൽ കാന്റീനിലെ ചളിപിടിച്ച തീൻമേശക്കു പിന്നിലിരുന്ന് സഹപ്രവർത്തകന്റെ വിലകുറഞ്ഞ ഫലിതം കേട്ടു കൊണ്ടിരുന്നപ്പോഴോ ഗൗതമൻ എന്ന ചെറുപ്പക്കാരന്റെ മനസ്സിൽ നിഴലുകൾ വീണുകിടപ്പുണ്ടായിരുന്നില്ല.

-പിന്നെ എപ്പോഴാണ് കുട്ടീ നീയും നിന്റെ ആലംബമറ്റ വീടും മനസ്സിൽ ദുഃഖത്തിന്റെ ഛായ വീഴ്ത്തിക്കൊണ്ട്.....

നാഴികകൾക്കിപ്പുറത്ത്, സമുദ്രം പോലെ ഇരമ്പുന്ന നഗരത്തിന്റെ നുരയും പതയും അടിഞ്ഞുകൂടുന്ന കരയിലെ, എരുമച്ചാണകത്തിന്റെ ഗന്ധം തങ്ങിനില്ക്കുന്ന വാടകമുറിയിൽ ചിറകുകളൊതുക്കി ക്ഷീണം തീർക്കുന്ന ഈ വേളയിൽ അനാഥമായിത്തീർന്ന നിന്റെ വീടിന്റെ തേങ്ങൽ ഞാൻ കേൾക്കുന്നു.

കരഞ്ഞു കലങ്ങിയ മിഴികൾ. അഴിഞ്ഞുലഞ്ഞ തലമുടി. നീ, രാധിക.

അയ്യപ്പൻമേടിന്റെ താഴ്‌വാരവും ഓളങ്ങളുതിർത്ത് കുണുങ്ങിക്കൊ ണ്ടൊഴുകുന്ന കല്ലുക്കയവും മാത്രം പരിചയസീമയിലുള്ളവൾ. കല്ലുക്കയം കടലുണ്ടിപ്പുഴയുടെ ഭാഗമാണെന്നറിയാത്തവൾ, കടലുണ്ടിപ്പുഴ അറബി ക്കടലിൽ ചെന്നുചേരുന്നുവെന്നറിയാത്തവൾ; നീ, രാധിക.

ഡ്യൂട്ടി കഴിഞ്ഞപ്പോൾ ദിവസങ്ങൾക്കുശേഷം അപൂർവമായി കിട്ടിയ തെളിഞ്ഞ സായാഹ്നത്തിൽ കുതൂഹലചിത്തനായി പുതിയ ഷിഫ്റ്റിൽ പ്രവേശിക്കുന്ന സഹപ്രവർത്തകരുടെ മേൽ പതിവു തമാശയെറി ഞ്ഞ് ഇറങ്ങാനായില്ല. മാനത്തേക്ക് കുരിശുയർത്തിപ്പിടിച്ചു നില്ക്കുന്ന

ദേവാലയത്തിന്റെ, നടപ്പാതയിലെ കാറ്റാടിമരത്തിന്റെ ചുവടെ വർണ്ണ ഭംഗി ചേർക്കുന്ന മിഴികളിൽ തീനാളവും ഉള്ളിൽ ഇരുട്ടുമായി നില്ക്കുന്ന പെൺകിടാങ്ങൾ നല്കുന്ന കൗതുകത്തിൽ മിഴിനട്ട് നേരം പോക്കാൻ തുനിഞ്ഞില്ല.

നാഴികകൾക്കകലെയുള്ള പ്രതിനിധിയുടെ മുഴക്കമുള്ള ശബ്ദത്തെ, ശബ്ദലേഖനയന്ത്രത്തിൽ ഒപ്പിയെടുക്കുമ്പോൾ ഗൗതമൻ എന്ന ചെറുപ്പക്കാരനും ഒരു യന്ത്രമായിരുന്നുവോ!

നാട്ടിലങ്ങോളമിങ്ങോളം എന്റെയും നിന്റെയും വർഗ്ഗം തളരുന്നതുവരെയും ജോലി ചെയ്തിട്ടും ഒരു നേരമെങ്കിലും വേണ്ടുവോളം ആഹാരം കഴിക്കാനില്ലാത്തവർ, സ്വന്തമായി ഒരുപിടി മണ്ണില്ലാത്തവർ, കയറിക്കിടക്കാൻ കൂരയില്ലാത്തവർ ഉറക്കം കൈവിട്ട് ഞെട്ടിയുണരുന്ന കഥകൾ. സമ്പന്ന വർഗ്ഗത്തോടു ചെറുത്തു നില്ക്കുന്ന വീരകഥകൾ. രക്തസാക്ഷിത്വം വരിക്കുന്ന കഥകൾ. രക്തത്തിന് രക്തംകൊണ്ട് മറുപടി പറയുന്ന കഥകൾ. വർഗ്ഗസമരത്തിന്റെ കഥകൾ....

കുട്ടീ, നിനക്കതേക്കുറിച്ചൊന്നുമറിയില്ല. കല്ലക്കയത്തിന്റെ നനഞ്ഞ തീരത്ത് കുഴികളുണ്ടാക്കുന്നു. വെള്ളം തെളിയിച്ച് മൺകുടത്തിൽ കൊണ്ടു പോവുന്നു. വാസന്തി, ശോഭന, ശാന്ത, ലക്ഷ്മി, ഗായത്രി തുടങ്ങിയവരുടെ കുട്ട്യേടത്തിയായി അവരെ ശാസിച്ചും പരിലാളിച്ചും നടക്കവേ, നിന്റെ ദിവസങ്ങൾ വാടി വീഴുന്നു. ഒരു ആൺതരിയെ കാണാനുള്ള വെമ്പലിൽ കൊല്ലംതോറും പെൺകുട്ടികളെ പ്രസവിക്കുന്ന അമ്മയുടെയും അദ്ധ്വാനശീലനായ, ഉറച്ച മാംസപേശികളും വൈകുന്നേരങ്ങളിൽ അല്പം ചുവക്കുന്ന കണ്ണുകളുമുള്ള അച്ഛന്റെയും ഉള്ളിൽ ജ്വാലയായി നീ; രാധിക....

തെളിഞ്ഞ സായാഹ്നത്തിന്റെ ചേതോഹാരിക എപ്പോഴോ ചോർന്നുപോയിരിക്കുന്നു. മൂർത്തവും അമൂർത്തവുമായ ദുഃഖം. കനത്ത മഴത്തുള്ളികൾ ഓടിൻപുറത്തു വീഴുന്ന ശബ്ദം. ഏതോ ഗദ്ഗദം പോലെ ഈറൻകാറ്റ്. അസഹനീയമായ ഏകാന്തത.

ആകാശം മുഖം വീർപ്പിക്കുമ്പോൾ, കെട്ടിമേയാൻ വൈകിയ എന്റെ വീട്ടിൽ, വഴിതെറ്റി വന്നവളെപ്പോലെ സ്മിതമോളെ ചിറകിനുള്ളിൽ ഒതുക്കിവച്ച് ചോർന്നൊലിക്കുന്ന ചുമരിലേയ്ക്കു നോക്കി ഈറൻ കണ്ണുകളോടെയിരിക്കുന്ന ഭാര്യയുടെ ചിത്രം മനസ്സിലേക്കോടിയെത്താറുള്ളതാണ്. ഇല്ലായ്മയിൽ പോലും ഒരു മുള്ളുവാക്കെങ്കിലും പറഞ്ഞ് ഉള്ളിൽ പോറലേല്പിക്കാത്ത, എന്റെ മിനി. ഗൗതമൻ എന്ന പത്രപ്രവർത്തകന്റെ പത്നി. സ്മിതമോളുടെ അമ്മ.

-പക്ഷേ, മിനിക്കുട്ടീ, ഇപ്പോൾ എന്റെ മനസ്സിൽ നിന്റെ ആർദ്രഭാവമോ, നമ്മുടെ വീടിന്റെ ദയനീയ ചിത്രമോ ഇല്ല.

എന്റെ മുന്നിൽ നിസ്സഹായതയോടെ അലമുറയിടുന്ന രാധിക,

അവളുടെ ഗർഭിണിയായ അമ്മ, അനിയത്തിമാർ. മിനീ, നിനക്കറിയുമോ എത്രയെത്ര രാധികമാർ, അമ്മമാർ, അനിയത്തിമാർ.

ജന്മിയുടെ ഓമന മകൻ കുരയ്ക്കു തീ കൊളുത്തിയപ്പോൾ സ്വാഭാവി [illegible] രാധികയുടെ അച്ഛൻ സർവശക്തിയുമെടുത്ത് ചെറുത്തുകാണും. ജന്മിയുടെ ഓമന മകന്റെ മിനുത്തുകൊഴുത്ത മേനിയിൽ എവിടെയെങ്കിലും ചോര പൊടിഞ്ഞു കാണും. പക്ഷേ രാധികയുടെ അച്ഛൻ, ആ പാവപ്പെട്ട കുടികിടപ്പുകാരൻ മാത്രം ലോക്കപ്പിലായതോർക്കുമ്പോൾ....

രാധികേ, മാസങ്ങൾക്കു മുമ്പാണ് ഞാൻ നിന്റെ ഗ്രാമത്തിൽ അവസാനമായെത്തിയത്. ബാല്യത്തിൽ ഏറെയും ചെലവഴിച്ചതിനാൽ എന്റെയും ഗ്രാമം.

കല്ലുക്കയത്തിലേയ്ക്ക് കുളിക്കാൻ പോകുന്നവഴി ആ തവണയും ഞാൻ നിന്റെ വീട്ടിൽ വന്നു. യൗവനം നേരത്തെതന്നെ നിന്നെ അണിയിച്ചൊരുക്കാൻ തുടങ്ങിയിരുന്നു. മുമ്പെങ്ങും പ്രകടിപ്പിച്ചിട്ടില്ലാത്ത നാണം. വളരെ പിശുക്കിയുള്ള സംസാരം.

അന്ന് പുഴക്കരയിലെ ചൂടുവറ്റിയ പൂഴിമണലിലിരുന്നു നിന്റെ അച്ഛൻ ഏറെനേരം സംസാരിച്ചു. ഒരു ആൺകുട്ടി ഇല്ലാത്തതിന്റെ ഇച്ഛാഭംഗം, ദിനംപ്രതി വളരുന്ന നിന്നെക്കുറിച്ചുള്ള ആശങ്ക....

വീടൊഴിഞ്ഞു കൊടുക്കാത്തതിൽ ജന്മിക്കുള്ള പകയും ജന്മിയുടെ ഓമനമകന്റെ അസമയത്തുള്ള വീട്ടുവളപ്പിലെ സഞ്ചാരവും അന്നത്തെ സംസാരത്തിൽ മുന്തിനിന്ന വിഷയങ്ങളായിരുന്നു.

പാവം ആ നല്ലവനായ മനുഷ്യൻ ലോക്കപ്പുമുറിയിലിരുന്ന്....

രാധികേ, പൊലീസ് നിന്റെ അച്ഛനെയും മർദ്ദിക്കാതിരിക്കില്ല. പല ലോക്കപ്പുമുറികളിലും സംഭവിച്ചതുപോലെ ഒരുപക്ഷേ...

അപ്പോൾ നിന്റെ കുടുംബം....?

പാവപ്പെട്ടവന്റെ ജീവനും രക്തത്തിനും ഇവിടെ എന്നാണ് വില കല്പിക്കപ്പെടുക. പാവപ്പെട്ടവന് ഇവിടെ എന്നാണ് നീതി ലഭിക്കുക!

ആ ദിവസം വരും കുട്ടീ.

നമ്മൾ സ്വപ്നം കാണുന്ന ആ ദിവസം.

ഒരു നേരമെങ്കിലും വേണ്ടുവോളം ആഹാരം കഴിക്കാനില്ലാത്തവരും തല ചായ്ക്കാൻ ഒരു കൂരയില്ലാത്തവരും സ്വപ്നം കാണുന്ന ആ പ്രഭാതം.

രാധികേ, നമ്മുടെ പ്രഭാതം. അത്ര വിദൂരതയിലൊന്നുമല്ലാത്ത നമ്മുടെ... നമ്മുടെ....

പുറപ്പാട്

ഡൽഹിയിലുള്ള മൂത്ത മകനും മുംബൈയിലുള്ള രണ്ടാമത്തെ മകനും കാര്യമായ മുന്നറിയിപ്പുകളൊന്നുമില്ലാതെയാണെങ്കിലും കളത്രപുത്രാദികളുമായി വീടണഞ്ഞപ്പോൾ അയാളുടെ സന്തോഷത്തിന് അതിരില്ലാതായി. ഏകാന്തതയുടെ തുരുത്തിൽ ചെത്തവും ചൂരും നിറയുന്നു. പേരക്കുട്ടികളെ അണച്ചുപിടിച്ച് അയാൾ ആനന്ദക്കണ്ണീരണിഞ്ഞു.

കൊച്ചുമക്കളുടെ സാമീപ്യം അയാളെ ശരിക്കും ഊർജസ്വലനാക്കി. അതു പക്ഷേ, മക്കളുടെയും മരുമക്കളുടെയും ഒരു ഗൂഢാലോചനയാണെന്നറിയവെ അയാൾ കോപാന്ധനായി. ആർക്കുമൊരു ശല്യവുമില്ലാതെ കഴിഞ്ഞുകൂടുന്നവന്റെ സപ്തതിയാഘോഷത്തിന്റെ പൊരുളും പ്രസക്തിയും അയാൾക്ക് ഉൾക്കൊള്ളാനായില്ല. ഇത്രയും വയസ്സായി എന്നത് അയാളുടെ ആത്മബലം തകർക്കുകയാണുണ്ടായത്. കൈകൾ ആഞ്ഞുവീശി, പ്രായത്തെ കബളിപ്പിച്ച് ഇനി നടക്കാനാവില്ലെന്നു തോന്നുകയും ചെയ്തു.

നാക്കറ്റതുപോലെ കിടന്നിരുന്ന ലാൻഡ്ഫോൺ തുടർച്ചയായി ശബ്ദിക്കാൻ തുടങ്ങി. ഡൽഹിക്കാരൻ കൊച്ചുമോൻ ടെലിഫോണിന്റെ അടുത്തുതന്നെ ഇരിപ്പായി.

മൊബൈലിൽ സുഹൃത്തുക്കളുടെ ആഹ്ലാദാരവങ്ങൾ കേൾക്കാൻ തുടങ്ങിയപ്പോൾ അയാളുടെ കോപവും താപവും പത്തി താഴ്ത്തി. മൂത്ത മകൻ കൊണ്ടുവന്ന കുർത്ത കണ്ടപ്പോൾ തന്നെ അയാൾ അലിയാൻ തുടങ്ങിയിരുന്നു. വസ്ത്രങ്ങളും വില കൂടിയ പേനകളും പാദരക്ഷകളും അയാളുടെ ബലഹീനതയാണെന്ന് മക്കൾക്കറിയാം. പല മോഡലുകളിലുമുള്ള ഷീഫർ പെന്നുകൾ പെൻസ്റ്റാൻഡിൽ വിശ്രമിക്കുന്നതു നോക്കി, നാട്ടിൽ വരുമ്പോഴൊക്കെ ഡൽഹിക്കാരൻ കൊച്ചുമോൻ

അതിശയം കൂറും:

'ഈ മുത്തശ്ശന് എന്തുമാത്രം പെന്നുകളാണ്! ഒരു പേന മുത്തുവിനു തര്വോ?'

'അതൊക്കെ മുത്തശ്ശന്റെ കാലശേഷം [illegible]. ഇപ്പോൾ അതൊന്നും എടുത്തു കേടുവരുത്തരുത്.'

കാലശേഷം എന്നതിന്റെ അർത്ഥമൊന്നും അവനറിയില്ല. എന്നിട്ടും മുത്തശ്ശന്റെ കാലശേഷം എന്ന് അവൻ ആവർത്തിക്കുന്നത് കൗതുകത്തോടെ, അമർത്തിയ ചിരിയോടെ അയാൾ ശ്രദ്ധിക്കുമായിരുന്നു.

അപ്പോൾ ചെറിയ മകന്റെ കമന്റ് കേൾക്കായി:

'അച്ഛന്റെ ഡ്രസ്സുകൾ സൂക്ഷിക്കാൻ നമുക്ക് പുതിയൊരു ഗോദ്റജ് അലമാര വേണ്ടിവരും.'

സദ്യവട്ടത്തിന്റെ സുഗന്ധവും കുർത്തയുടെ ഭംഗിയും അയാളെ ഏതോ സ്വപ്നലോകത്തേക്കു നയിച്ചു. പൊടുന്നനെ ഞെട്ടിയുണരുകയും ചെയ്തു.

ചുവരിലെ കാഴ്ചപ്പുറത്തിരുന്ന് ഒരാൾ എല്ലാറ്റിനും സാക്ഷിയാവുകയാണ്....

അയാളുടെ വീറും വീഴ്ചയും വിസ്മിതങ്ങളും അല്പത്തങ്ങളും കണ്ടു കണ്ട് ഒരാൾ.... ചിത്രകാരൻ അജയന്റെ കരവിരുത് അയാൾക്ക് സാന്ത്വനമാവുന്നത് പല രീതികളിലാണ്. ചിലപ്പോൾ ഒരാൾ കഷ്ടം വച്ച് നോക്കുന്നു. ചിലപ്പോൾ ഒരാൾ ധൈര്യം പകർന്നുകൊണ്ട് ആശ്വസിപ്പിക്കുന്നു. ചിലപ്പോൾ ശുണ്ഠിപിടിച്ച് തിരുത്താൻ ശ്രമിക്കുന്നു... അയാൾ അകമേ വിതുമ്പി:

എന്റെ സപ്തതിക്ക് കൂടെയുണ്ടായിരുന്നെങ്കിൽ!

മുറ്റത്ത് കാറുകളുടെ മുരൾച്ച കേൾക്കവെ, അയാൾ കുതൂഹലത്തോടെ പൂമുഖത്തേക്കു കുതിച്ചു. മക്കളോട് തോന്നിയ നീരസവും എന്തിനെന്നില്ലാത്ത മൗഢ്യവും അയാൾ കൈവെടിഞ്ഞിരുന്നു. 'ഇപ്പോൾ എങ്ങനെയിരിക്കുന്നു, ഞങ്ങളുടെ മുൻശുണ്ഠിക്കാരനായ പിതാശ്രീ' എന്ന മട്ടിൽ മക്കൾ അയാളെ അർത്ഥം വച്ചു നോക്കുകയും അയാൾ എത്രയും പ്രിയപ്പെട്ട കൂട്ടുകാർക്കൊപ്പം നിന്ന് പൂത്തുലയാൻ തുടങ്ങുകയും ചെയ്തു.

ദിവസങ്ങൾക്കകം മക്കൾ, വന്നതുപോലെ ഡൽഹിയിലേക്കും മുംബൈയിലേക്കും പറന്നതോടെ എവിടെയോ താളം പിഴയ്ക്കാൻ തുടങ്ങി. പിന്നെ സപ്തതിയിൽ നിന്ന് അശീതിയിലേക്ക് പൊടുന്നനെയാണ് അയാൾ പ്രയാണമാരംഭിച്ചത്. മറവിയെ മുറിച്ചുകടക്കാൻ

വായന നല്ല ഔഷധമാണെന്ന് അയാൾ വളരെ മുമ്പ് എവിടെയോ വായിച്ചിട്ടുണ്ട്. ഇപ്പോഴാവട്ടെ, മറവി മാത്രമല്ല ഉപദ്രവിക്കുന്നത്. ചെറിയ മകൻ എപ്പോഴും ഓർമിപ്പിക്കാറുള്ളതുപോലെ അക്ഷമ, മുൻകോപം തുടങ്ങിയവയൊക്കെയുണ്ട്.

ഏകാന്തതയെ അയാൾ മെരുക്കിയെടുത്തത് നിരന്തരമായ വായനയിലൂടെയായിരുന്നുവല്ലോ. അതു തന്നെയാണ് എല്ലാ പൊറുതികേടുകൾക്കുമുള്ള ദിവ്യൗഷധമെന്ന് അയാൾ ഒന്നുകൂടി മനസ്സിലുറപ്പിച്ചു. ഇളനീർക്കുഴമ്പിന്റെ നിത്യോപയോഗം ഒരു സൗഭാഗ്യമായി, അനുഗ്രഹമായി അയാളുടെ കണ്ണുകൾക്ക് തീർച്ചയും മൂർച്ചയും നൽകിവരുന്നുമുണ്ടല്ലോ. അനായാസമായ വായനയ്ക്ക് പക്ഷേ വിഘ്നങ്ങളൊരുക്കുന്നത് മറ്റു ചിലതാണ്: സുഖകരമായ വായനയ്ക്കിടയിൽ ആവർത്തി, പ്രവർത്തി, സദാസമയം, ജാള്യത, അപാകത, ആജാനബാഹു എന്നിങ്ങനെയൊക്കെയുള്ള കല്ലുകടി അനുഭവപ്പെട്ടാൽ പുസ്തകമടച്ചുവച്ച് ആത്മരോഷത്തോടെ തെല്ലുനേരം കണ്ണടച്ചുകിടക്കും. അങ്ങനെയൊക്കെ എഴുതുന്നവരോടും അച്ചടിച്ചുവിടുന്നവരോടും വൈയാകരണനോ പണ്ഡിതനോ ഒന്നുമല്ലെങ്കിലും അയാൾക്ക് മാപ്പു കൊടുക്കാനാവില്ല.

നിഷ്കളങ്കവും വിട്ടുവീഴ്ചയില്ലാത്തതുമായ അയാളുടെ ഭാഷാസ്നേഹം ഈയിടെ സ്വന്തം വായനമുറിയിൽ നിന്നിറങ്ങി ഇലക്ട്രിസിറ്റി ഓഫിസിലും നഗരത്തിലെ പുത്തൻ കെട്ടിടത്തിലെ വൈദ്യശാലയിലും ചെന്നെത്തുകയുണ്ടായി.

പ്രവൃത്തിസമയം എന്നു വേണ്ടിടത്ത് 'പ്രവർത്തി സമയം' എന്നെഴുതിവച്ചതിനാണ് രണ്ടിടങ്ങളിലെയും കാഷ്യർമാരോട് അയാൾ തട്ടിക്കയറിയത്. ആദ്യം കാഷ്യർമാർ വിരണ്ടുപോയെങ്കിലും, അയാളുടെ മുഖത്തു തെളിഞ്ഞ നിഷ്കപടമായ വിക്ഷോഭങ്ങൾ കാൺകെ വെറുതെ ചിരിക്കുക മാത്രം ചെയ്തു. എന്നാൽ, വൈദ്യശാലയിൽ ക്യൂവിൽ നിന്ന ഏതോ ചെറുപ്പക്കാരന്റെ കമന്റ് കേൾക്കായി : ഇതിനുള്ള ചികിത്സയും കോട്ടക്കൽ ഹെഡ്ഓഫീസിൽ ഉണ്ടെന്നാണ് എന്റെ അറിവ്.

ഇളനീർക്കുഴമ്പിന്റെ ചെറിയ കുപ്പി ഭദ്രമായി ബാഗിൽവച്ച് നഗരചത്വരത്തിലെ പൊരിവെയിലിലേക്കിറങ്ങുമ്പോൾ എതിർദിശയിലെ പുസ്തകശാലയായിരുന്നു അയാളുടെ മനസ്സിൽ തെളിഞ്ഞുകൊണ്ടിരുന്നത്.

ആനന്ദക്കണ്ണീരിനൊടുവിൽ

അബ്ദുല്ല ഹാജിയുടെ ശബ്ദത്തിലെ നീരസവും പരിഹാസവും പുച്ഛവും കാട്ടുകടന്നലിന്റെ മൂരൾച്ചപോലെ കരുണന്റെ കാതിൽ അലോസരമുണ്ടാക്കി. അതുപക്ഷേ ഒരു നിമിഷം മാത്രം. മൊബൈൽ ഫോണിലൂടെ വിപ്ലവപ്പാർട്ടിയുടെ ജില്ലാ നേതാവായ കരുണന്റെ പൊട്ടിച്ചിരി ഹാജിക്കു ചുറ്റും മലക്കം മറിഞ്ഞു. അബ്ദുല്ല ഹാജിയുടെ വാക്കും നോക്കും കരുണനെത്ര കണ്ടതാണ്. ഹാജിയാരേ കരുണനോട് വേണ്ട കളി...

ഹാജി ശഠിച്ചത് ഒറ്റക്കാര്യത്തിലാണല്ലോ. ഒന്നാം നിയോജക മണ്ഡലത്തിലെ ഇലക്ഷൻ ഫണ്ടിലേക്ക് ഒരു ചില്ലിക്കാശ് തരില്ല. അവിടെ മത്സരിക്കുന്ന ചെറുപ്പക്കാരനായ സ്ഥാനാർത്ഥിയുടെ പേരു കേൾക്കുന്നതേ ഹാജിക്ക് ഹറാമാണ്. അത് മറ്റൊന്നുംകൊണ്ടുമല്ല. ഹാജി രണ്ടാം പ്രതിയായിരുന്ന കുപ്രസിദ്ധ കൂൾഡ്രിങ്ക്സ് പാർലർ പെൺവാണിഭക്കേസ് വിസ്തരിച്ച് ചീങ്കണ്ണിക്കുളം മൈതാനത്ത് ഉറഞ്ഞു തുള്ളിയവനാണ് ചെറുപ്പക്കാരൻ സ്ഥാനാർത്ഥി. വിപ്ലവപ്പാർട്ടിയുടെ ഉന്നതനേതാക്കൾക്ക് പക്ഷേ ഹാജി പ്രിയപ്പെട്ടവൻ. ഹാജിയുടെ നോട്ടുകെട്ടുകൾക്കുപോലും അത്തറിന്റെ സുഗന്ധമാണെന്ന് ഉന്നത നേതാക്കൾക്കറിയാം. കൂൾഡ്രിങ്ക്സ് പാർലർ സന്ദർശനത്തിന് സമയം കണ്ടെത്തുന്ന നേതാക്കളും എണ്ണത്തിൽ കുറവല്ല. ഒടുവിൽ എന്തായി അവന്റെയൊക്കെ പെൺവാണിഭക്കേസ്! ഹാജിയുടെ പണത്തിനു മീതെ ഒരു വിപ്ലവപ്പരുന്തും പറക്കില്ലെന്ന് കരുണൻ കണ്ടും കൊണ്ടും അറിഞ്ഞതാണ്.

കരുണൻ മൊബൈൽ ഫോൺ കാതിൽ ചേർത്തുപിടിക്കുന്നതു തന്നെ ഒരു കൗതുകക്കാഴ്ചയാണ്. ഫോണിലൂടെ ഹാജിയെ കരുണൻ ആഞ്ഞുവീശി എന്നു പറഞ്ഞാൽ മതിയല്ലോ. ഒന്നാം മണ്ഡലം

സ്ഥാനാർത്ഥി ചെറുപ്പക്കാരന് ഒരു ചില്ലിക്കാശ് തരേണ്ടതില്ല. ശരി. ഉപ്പുതിന്നവൻ വെള്ളം കുടിക്കട്ടെ. വിപ്ലവപ്പാർട്ടിയുടെ ഇലക്ഷൻ ഫണ്ടിലേക്ക് പക്ഷേ പത്തുലക്ഷം രൂപ പുല്ലുപോലെ വലിച്ചെറിഞ്ഞ് തരിക, ഉദാരശിരോമണിയായ ഹാജി എന്നായി കരുണന്റെ അന്ത്യമൊഴി!

അബ്ദുല്ലഹാജി നന്ദികെട്ടവനല്ലല്ലോ. പെൺവാണിഭക്കേസ് ചുമ്മാ അലിഞ്ഞുപോയതല്ലല്ലോ. വിപ്ലവപ്പാർട്ടിയുടെ ഉന്നതന്മാരുടെ കറുത്ത കരങ്ങളിൽ പത്തുലക്ഷം കിടക്കട്ടെ.

ആരോ പറഞ്ഞതുപോലെ, കരുണന് സന്തോഷംകൊണ്ട് വയ്യാതായി. വല്ലാത്ത വെപ്രാളത്തോടെയാണ് കരുണൻ തുറമുഖമണ്ഡലത്തിലെ സ്ഥാനാർത്ഥി കൂടിയായ സംസ്ഥാനസമിതിക്കാരനെയും നഗരപിതാവിനെയും മൊബൈലിൽ ബന്ധപ്പെട്ടത്. ടെലഫോൺ മൊഴി ഇങ്ങനെ: അടുത്ത സുന്ദരസന്ധ്യയിൽ ഹാജിയുടെ കടലോരത്തെ സുഖവാസകേന്ദ്രത്തിലേക്ക് നഗരപിതാവും സംസ്ഥാനസമിതിക്കാരനും കരുണനോടൊപ്പം എത്തിച്ചേരുമ്പോൾ പത്തുലക്ഷം രൂപ ഇലക്ഷൻ ഫണ്ടിലേക്ക് കൈപ്പറ്റാം....

വിപ്ലവപാർട്ടി ഉന്നതന്റെ ഗുഡ്ബുക്കിലുള്ള തുറമുഖമണ്ഡലത്തിലെ സ്ഥാനാർത്ഥി മന്ത്രിയാവാനുള്ളവനാണെന്നതിൽ ഹാജിക്ക് സംശയമേതുമുണ്ടായിരുന്നില്ല. ദൗത്യം വിജയത്തിലേക്ക് പദമൂന്നുന്നതിനിടക്ക് കരുണൻ അകമേ ആനന്ദക്കണ്ണീർ ഉറ്റിച്ചുപോയി...

നേരം സുന്ദരസന്ധ്യയിലേക്ക് കടക്കുംമുമ്പ് മന്ത്രിയാവാൻ വിധിക്കപ്പെട്ടവൻ, കരുണന്റെ മൊബൈൽ ഫോണിലേക്ക് സംഗീതത്തുള്ളി ഉറ്റിച്ചു. കരുണൻ സഖാവേ, ഞാനും മേയറും കൂടി ഹാജിയുടെ അടുത്തുപോയി അതുവാങ്ങി കെട്ടോ.. തിരക്കിനിടയിൽ സഖാവിനെ ബുദ്ധിമുട്ടിക്കേണ്ട എന്നു കരുതി... നന്ദി... സഖാവേ... വിപ്ലവാഭിവാദനങ്ങൾ.

കരുണൻ ഒന്നും പറയാനാവാതെ മിന്നലും മിടിപ്പും നിന്ന തന്റെ മൊബൈൽ ഫോണിലേക്ക് നോക്കി തെല്ലിടനിന്നു. അനന്തരം ഒരായിരം സന്ദേഹങ്ങൾ കാട്ടുകടന്നലിന്റെ മുരൾച്ചപോലെ കരുണന്റെ കാതിനെ അലോസരപ്പെടുത്താൻ തുടങ്ങി.

മൊഴിവഴക്കത്തിന്റെ പച്ചപ്പ്

ബാലകൃഷ്ണനുണ്ണി

താൻ ഒരു പീറ എഴുത്തുകാരനാണെന്ന് സ്വയം വിശ്വസിച്ചിരുന്ന ആളായിരുന്നത്രേ അതുല്യനായ ആന്റൺ ചെഖോവ്. എന്നാൽ പ്രതിഭാശാലിയായ ടോൾസ്റ്റോയ് പറഞ്ഞത്, എളുപ്പം മനസ്സിലാകുന്നതും ജീവിതഗന്ധിയായതുമായ കഥകളെഴുതിയ അനന്യനായ കഥാശില്പിയാണ് അദ്ദേഹമെന്നാണ്. മാക്സിം ഗോർക്കിയും അതുതന്നെ പറഞ്ഞിട്ടുണ്ട്. സ്വാനുഭവങ്ങളെ സാക്ഷിയാക്കി സാധാരണക്കാരായ കഥാപാത്രങ്ങളെക്കൊണ്ട് ജീവിതയാഥാർത്ഥ്യങ്ങളുമായി ഹൃദ്യമായി അഭിരമിക്കുന്നവയാണ് ആ കഥകൾ

പരുത്തിക്കാടിന്റെ കഥകളിൽ എല്ലാം മനസ്സിലാക്കുകയും നിസ്സംഗനായി ഊറിച്ചിരിക്കുകയും വ്യർത്ഥമാണെന്നറിഞ്ഞുകൊണ്ടുതന്നെ പ്രതിഷേധിക്കുകയും ആത്മാർത്ഥമായി അനുതപിക്കുകയും ചെയ്യുന്ന അന്യവൽക്കരിക്കപ്പെട്ട ഒരു പച്ചമനുഷ്യന്റെ വിലാപങ്ങളും വിഹ്വലതകളും നിറഞ്ഞു നിൽക്കുന്നു.

നോവലുകളിൽ നിന്നു വ്യത്യസ്തമായി ഹ്രസ്വമായ ഘടനയാണ് ചെറുകഥകളുടേത് എന്നത് വ്യവസായ യുഗത്തിന്റെ സൃഷ്ടിയാണെന്നത് നിരീക്ഷിക്കപ്പെട്ടതാണല്ലോ. അതു സാധൂകരിക്കുംവിധം തീർത്തും കൃശഗാത്രങ്ങളാണ് ഈ സമാഹാരത്തിലെ കഥകൾ. എന്നാൽ അവ സാഗരങ്ങളെ ഉള്ളിലൊതുക്കുന്ന ചെറിയ ചെറിയ സ്ഫടികകുടുക്കകളായി അനുഭവപ്പെടുന്നു.

സ്വത്വത്തിന്റെ അശാന്തിയിൽ ചുര മാന്തുന്ന ആത്മാവേഗങ്ങളെ വശ്യമായ മൊഴിവഴക്കത്തോടെ വിതാനിച്ചിരിക്കുന്ന ജീവിതപ്പച്ചപ്പുകളാണ് ഇവയുടെ ആത്മസത്ത.

ഈ കഥകൾ ഒന്നിച്ചുചേർത്താൽ വലിയ ഒരു കഥയാവും. അതിന്റെ ഉൾപ്പിരിവുകളായി അനുഭവപ്പെടുന്ന ഒറ്റപ്പെട്ട കഥകൾ. ഓരോ കഥാപാത്രവും ഉള്ളിൽ ഉൾക്കടലുകൾ പേറുന്നവർ. ജീവിതമെന്ന പ്രഹേളികയുടെ വിധിവൈവിധ്യങ്ങൾ അതിസൂക്ഷ്മമായ വിശകലനത്തിലൂടെ അനാവരണം ചെയ്യപ്പെടുകയാണ്. അനുവാചകന്റെ ഉള്ള് അയാൾക്കുതന്നെ തുറന്നു കാട്ടിക്കൊടുക്കുകയാണ്. നിങ്ങൾ ആരാണെന്ന് നിങ്ങൾക്കറിയില്ല. അത് കണ്ടുനോക്കു, നിങ്ങളെ തിരിച്ചറിയൂ എന്ന് നമ്മോടു പറയുന്ന കഥകൾ. സ്നിഗ്ധസുഭഗമായ, പതം വരുത്തിയ, വാക്കുകൾ മെറ്റീരിയലാവുന്ന കാഴ്ച ആകർഷകമാണ്.

എൻ.പി.യുമായി നടന്ന ഒരു സംഭാഷണത്തിൽ എം.ടി. ഒരിക്കൽ പറഞ്ഞു: 'ഒരർത്ഥത്തിൽ ഭാഷതന്നെ സാഹിത്യം. ഭാഷയാണ് നമ്മുടെ മെറ്റീരിയൽ. ഭാഷ തന്നെ നമ്മുടെ പണിയായുധവും. ആശാരിപ്പണിയിൽ മരം മെറ്റീരിയലും ഉളി ആയുധവുമാണ്. മറ്റു പലേടത്തും ഇതുതന്നെ സ്ഥിതി. സാഹിത്യത്തിൽ ഇതു രണ്ടും ഒന്നുതന്നെ. ഇവ ഇണക്കിച്ചേർക്കാനാണ് ഒരെഴുത്തുകാരൻ ശ്രമിക്കുന്നത്.

അപ്പോൾ എൻ.പി: മറ്റൊരു തലത്തിൽ നോക്കുമ്പോൾ ഈ ഇണക്കിച്ചേർക്കലിൽ ഭാഷക്ക് സാധാരണ ജീവിതത്തിലെ കാലികസ്വഭാവം ഇല്ലാതാവുന്നു. ഒരു പുതുഭാഷ ഇവിടെ ഉണ്ടാകുന്നു. നല്ല സാഹിത്യത്തിന് പഴക്കം തോന്നാത്തത് അതിനാലാണ്. നമുക്കുള്ള പരിമിതി ഭാഷക്കില്ല.'

'മർത്ത്യൻ സുന്ദരനാണ് സന്തതമുയിർക്കൊള്ളും വികാരങ്ങൾതൻ നൃത്യത്തിന്നുമുതിർക്കുവാൻ സ്വയമുഴിഞ്ഞിട്ടോരരങ്ങാണവൻ' എന്ന് ഇടശ്ശേരിയെ ഉദ്ധരിക്കുന്നത് ഉറൂബാണ്. സുന്ദരികളും സുന്ദരന്മാരും എന്ന കൃതിയിൽ.

പരുത്തിക്കാടിന്റെ കഥകൾ ഒരു ദേശത്തിന്റെ കഥ കൂടിയാവുകയും ആ ദേശം മാർക്കേസിന്റെ മക്കോണ്ടയെപ്പോലെ, ക്രിസ്തുവിന്റെ സ്വർഗരാജ്യം പോലെ, ഗാന്ധിയുടെ രാമരാജ്യം പോലെ, ബുദ്ധന്റെ ധർമബോധം പോലെ, പുതിയൊരു തലത്തിലേക്ക് പുനർനിർമ്മിക്കപ്പെടുകയുമാണ്. അപാരമായ കാവ്യസംസാരത്തിൽ കവിതന്നെയാണ് പ്രജയും പ്രജാപതിയും എന്ന ആപ്തവാക്യത്തിന്റെ നേർപ്പകർപ്പുകളാവാൻ അനുഗ്രഹിക്കപ്പെട്ട കഥകളാണിവ.

പകയും കോപവും അമർഷവും പ്രതിഷേധവും വൈരുധ്യങ്ങളും വൈകൃതങ്ങളും സ്നേഹത്തിന്റെ സുഖദമായ ഒരാവരണത്താൽ പരമാണുവിൽ നെഗറ്റീവും പോസിറ്റീവും ചാർജ്ജുകൾ ഒന്നിച്ചിരിക്കുന്നതുപോലെ

മൂകവും വാചാലവുമാവുന്നു. ഒരുപാടെഴുത്തുകാരെ കൈപിടിച്ചുയർത്തിയ ഒരു പത്രസന്നിവേശകന്റെ സവ്യസാചിത്വത്തിന്റെ കൈപ്പുണ്യം തുണയായതിനാലാവാം ഇതു സാധ്യമാവുന്നത്. എഴുത്തറിയേണ്ടവർക്ക് ഒരു പടിപ്പുരയും പാഠപുസ്തകവുമാവാൻ അർഹതയുള്ള എന്നാലങ്ങനെ ഭാവിക്കാത്ത സത്യസന്ധമായ, വിനീതമായ സാഹിതീസപര്യയാണിത്.

വായനക്കാരന്റെ മുന്നിൽ തുറന്ന് തുടച്ചുവെച്ചിട്ടുള്ള ഈ കഥാദർപ്പണങ്ങളിൽ നിഴൽവരുത്തുവാൻ തുനിഞ്ഞത് അപരാധമാണ്. എങ്കിലും പറയട്ടെ, ഇത് മൊഴിവഴക്കത്തിന്റെ പച്ചപ്പാണ്. കാലവാഹിനിക്കരയിലെ ഹരിതാഭയുള്ള ഒരു തുരുത്ത്.